ஜெயகாந்தன்

இந்திய இலக்கியச் சிற்பிகள்
ஜெயகாந்தன்

கே.எஸ். சுப்பிரமணியன்

சாகித்திய அகாதெமி

Jayakanthan: Monograph in Tamil by K.S. Subramanian, Sahitya Akademi, New Delhi, (Reprint 2024), Rs. 100/-

உரிமை © சாகித்திய அகாதெமி

ஆசிரியர்	: கே. எஸ். சுப்பிரமணியன்
பொருள்	: இந்திய இலக்கியச் சிற்பிகள்
வெளியீடு	: சாகித்திய அகாதெமி
முதல் பதிப்பு	: 2017
இரண்டாம் பதிப்பு	: 2019
மூன்றாம் பதிப்பு	: 2024
ISBN	: 978-93-6183-051-8
விலை	: ரூ. 100/-

All rights reserved. No part of this book may be reproduced or utilized in any form or by any means, electronic or mechanical including photocopying, recording or by any information storage and retrival system, without permission in writing from Sahitya Akademi.

சாகித்திய அகாதெமி

தலைமை அலுவலகம் : இரவீந்திர பவன், 35, பெரோஸ்ஷா சாலை, புது தில்லி 110 001.
secretary@sahitya-akademi.gov.in | 011-23386626/27/28.

விற்பனை அலுவலகம் : 'ஸ்வாதி' மந்திர் சாலை, புது தில்லி 110 001
sales@sahitya-akademi.gov.in | 011-23745297, 23364204.

கொல்கத்தா : 4, டி.எல். கான் சாலை, கொல்கத்தா 700 025
rs.rok@sahitya-akademi.gov.in | 033-24191683/24191706.

சென்னை : குணா வளாகம், 443, இரண்டாம் தளம், அண்ணா சாலை, தேனாம்பேட்டை, சென்னை 600 018.
chennaioffice@sahitya-akademi.gov.in 044-24311741 | 24354815

மும்பை : 172, மும்பை மராத்தி கிரந்த சங்கிரகாலய சாலை, தாதர், மும்பை 400 014
rs.rom@sahitya-akademi.gov.in 022-24135744 | 24131948.

பெங்களூரு : மத்தியக் கல்லூரி வளாகம், பல்கலைக்கழக நூலக கட்டிடம், டாக்டர் அம்பேத்கர் வீதி, பெங்களூரு 560 001
rs.rob@sahitya-akademi.gov.in. 080-22245152, 22130870.

ஒளி அச்சு: Babhura Graphics, Chennai
அச்சகம்: Mani Offset, Chennai
Visit our website at http://www.sahitya-akademi.gov.in

உள்ளடக்கம்

நுழைவாயில் 7
நாற்றங்கால் பருவம் 10
ஜெயகாந்தனுள் உறையும் ஆன்மிகம் 15
சபை நடுவினிலே 22
ஜெயகாந்தன் படைப்புலகம் 28
    அறிமுகம் 28
    சிறுகதைகள் 32
    குறுநாவல்கள் 37
    நாவல்கள் 43
    சிந்தையில் ஆயிரம்(கட்டுரைகள்) 50
பிற களன்கள் 56
    கவிதைகள் 56
    முன்னுரைகள் 59
அரசியல் களம் 63
சினிமா உலகம் 66
நிறைவாக. 70
பின்னிணைப்புகள் 72

இந்திய இலக்கியச் சிற்பிகள்

நுழைவாயில்

எழுத்தாளர் ஜெயகாந்தனை நான் முதலில் சந்தித்தது 1958-ம் ஆண்டில். மறைந்த இசைமேதை எம்.பி. சீனிவாசன் வீட்டில்.சில ஆண்டுகளுக்குப் பிறகு ஜெயகாந்தன் என்னிடம் கேட்டார்: ''சந்திச்சது ஞாபகமிருக்கா? எம்.பி. வீட்டில. வாசப்படியில உக்காந்து பேசிட்டிருந்தோம். அந்த வீட்டுக் காம்பவுண்ட்ல ரெண்டு தென்னை மரம் உண்டு. 'தென்னங்கீற்று ஊஞ்சலிலே தென்றலில் நீந்திடும் சோலையிலே', என்ற என் பாடலுக்கு 'தென்னைமரங்கள் தான் வித்து'' என்று நினைவுகூர்ந்தார்.

அன்று தொடங்கி அவர் ஏப்ரல் 2015இல் மறையும் வரை எங்கள் நட்பு நீடித்து நிலைத்திருந்தது. 55 ஆண்டுகளுக்கு மேலான நட்பு. இந்தக் காலப்பரப்பில் அவருடைய படைப்புகளை வாசித்து அவற்றில் ஆழ்ந்திருக்கிறேன். ஒரு 'ஸஹ்ருதயராக' நூற்றுக் கணக்கான 'சபை' சந்திப்புகளின் சம்பாஷணை சுகத்தில் திளைத்திருக்கிறேன். அவருடைய இருபது படைப்புகளை ஆங்கிலத்தில் மொழிபெயர்த்து அந்தப் பிரதிகளை வரிவரியாக, கணுக்கணுவாக, அவருடன் பகிர்ந்து கொண்டுள்ளேன். இந்த அனுபவங்களினூடாக அவரது படைப்பாளுமைகுறித்தும், படைப்புகள்குறித்தும், தனிமனித ஆளுமையின் பல அம்சங்கள் குறித்தும் எனக்கு பல அரிய தரிசனங்கள் கிட்டியுள்ளன. இது எனக்கு வாய்த்த பெரும் பாக்கியம்.

நான் அறிந்தவரையில் தனது வாழ்க்கை பற்றியும், படைப்பாளுமையின் உந்துசக்தி பற்றியும், கதைமாந்தரின் பாத்திர தர்மம் பற்றியும், தனது 'சுய'த்தைப் பற்றியும், தத்துவத் தாக்கங்களின் ஊடாட்டம் / பரிணாமம் பற்றியும், பாரம்பரிய / நவீனத்துவ சங்கமம் / உரசல் பற்றியும் ஜெயகாந்தன் அளவு துல்லியமாக, தெளிவாக, துணிவாகப் பதிவு செய்த படைப்பாளிகள் உள்ளனரா என்பது கேள்விக்குரியது. இந்தப் பதிவுகள் அவரது முன்னுரைகளிலும், கட்டுரைகளிலும், சுயசரிதப் படைப்புகளிலும் நேர்த்தியாக, பிசிறில்லாமல் வெளியிடப்பட்டுள்ளது. இந்தப் பின்புலத்தில் ஜே.கேயின் சொற்களும், குரலும் இந்தச் சிறிய நூலில்

விரவிநிற்கும். இந்த முயற்சிக்கு இது ஓர் உயிர்ப்பை நல்கும் என்பது என் துணிபு.

சில பத்தாண்டுகளுக்கு முன்பு ஜே.கே கூறினார்: ''எழுத்து எனது ஜீவன். ஜீவிதம் அல்ல... ஓர் எழுத்தாளன் ஆத்மசுத்தியோடு எழுதுகிறானே, அது கேவலம் பிழைப்போ அல்லது ஒரு தொழிலோ அல்ல. அது ஒரு தவம். நீங்கள் கதை என்று நினைத்துக் கொண்டிருக்கிறீர்களே, அது ஒரு காலத்தின், ஒரு வாழ்க்கையின் சாசனம்.'' இந்தப் பிரகடனங்கள் ஜே.கேயின் படைப்பாளுமையின் உயிர்நாடியைப் பிடிக்கும் பாங்கில் விளங்குகின்றன.

விருதுகளுக்காக ஏங்குவது ஜெயகாந்தனின் சித்த புருஷ ஆளுமைக்குச் சற்றும் ஒவ்வாத ஒன்று. எனினும், பல விருதுகள் அவரது கரைநோக்கி வந்துள்ளன. விருதுகளை அவற்றிற்குரிய மரியாதையுடன் ஏற்றுக்கொள்ளும் பண்பு அவரிடமிருந்தது. அவரை வந்தடைந்த விருதுகளும் மரியாதைகளும் பலப்பல. சாகித்ய அகாதெமி விருது, 'சோவியத் நாடு' நேரு விருது, ராஜராஜன் விருது, ஞானபீட விருது என்று பட்டியல் நீள்கிறது. சாகித்திய அகாதெமி Fellowவாக மரியாதை பெற்ற ஒருசில தமிழ்ப் படைப்பாளிகளில் இவரும் ஒருவர். தமிழ்ப் படைப்பிலக்கியக் களத்தில் அவருடைய வாழ்நாள் சாதனைகளை அங்கீகரிக்கும் பாங்கில், குடியரசுத் தலைவர் இவருக்கு 'பத்மபூஷண்' விருது அளித்துக் கௌரவித்தார்.

ஜே.கேயின் படைப்புலகத்தின் வீச்சும் ஆழமும் பிரமிப்பூட்டுபவை. 40 ஆண்டுகளுக்கு மேலாகத் தமிழ்ப் படைப்பிலக்கியக் கள்னில் பல துறைகளில் அவரது பங்களிப்புகள், இக்காலப் பரப்பை 'ஜெயகாந்தன் காலம்' என பல இலக்கிய ஆர்வலர்கள் அங்கீகரிக்கும் அளவுக்கு, ஆழமான கால்தடங்களை விட்டுச் சென்றுள்ளன. சிறுகதைகள், குறுநாவல்கள், நாவல்கள், கருத்தாழமும் தர்மாவேசமும் உள்ள முன்னுரைகள், அமைதியான சுவைததும்பும் கட்டுரைகள், தத்துவ வெளிப்பாட்டுச் சிதறல்கள், சுயசரிதை வடிவிலான இலக்கியத்தரமுள்ள பதிவுகள், மனவியல் சித்திரங்கள், சினிமா என்ற ஊடகம் சார்ந்த இயல்பூக்கமான அறிதலின் அடிப்படையில் வடிவமைக்கப்பட்ட திரைக்கதைப் படைப்புகள்.

அவரது இலக்கியப் படைப்புகளில் நம்மை வியப்புக்கு உள்ளாக்குவது அவற்றின் வீச்சு; பரப்பு; பாத்திரப் படைப்புகளின் நிறப்பிரிகை; பலவகைப்பட்ட மனிதவாழ்க்கைக் களன்களின்,

பிரச்சினைகளின் படப்பிடிப்பு; தமிழ்ச் சமூகத்தில் நாம் எதிர்கொள்ளும் பல்வகைப்பட்ட கிளைமொழிகளின் சுருதி பிசகாத பிரசன்னம்; கதைமாந்தர்களின் நுண்ணுணர்வுகளைத் துல்லியமாக வெளிப்படுத்தும் லாகவம்; சம்பிரதாயமான சமூக ஒழுக்க நியதிகளிலிருந்து தடம் புரளும் கதைமாந்தர்களின் பின்னால் இயங்கும் உந்துசக்திகளை இனங்கண்டு, அவற்றை இழையிழையாகப் பரிவுடன் பதிவுசெய்யும் பாங்கு; அறிவுஜீவிக் கதாபாத்திரங்கள் தங்கள் நிலைப்பாடுகளைத் தர்க்கரீதியாக நிலைநிறுத்தும் முயற்சிகளின் எதிரொலி; சில சமயங்களில் இரண்டு தர்மங்களுக்கிடையே மோதல் அல்லது தர்மசங்கடம்; கதைமாந்தர் பலர் மூலமாக இயல்பாகக் கசியும் ஜே.கேயின் ஆளுமை; அடிநாதமாக அங்கிங்கெனாதபடி எங்கும் பரவியுள்ள நம்பிக்கை, மனிதநேயம்.

ஜே.கேயின் தனிமனித ஆளுமையின் முக்கியப் பரிமாணங் கள்: அறிவுஜீவிதம்; பரந்த மனிதநேயம்; மானுடத்தில் ஆரோக்கிய மான நம்பிக்கை; அறிவுநேர்மையில் விளைந்த ஒரு கம்பீரம்; பாஸிஸப் போக்கைத் துணிவுடன் எதிர்கொள்ளும் சுவையான முரட்டுத்தனம்; மனித உள்ளத்தின் ஆழங்களில் நிழலாடும் மெல்லதிர்வுகளையும் துல்லியமாகப் படம்பிடிக்கும் 'லேசர்' திருஷ்டி; பாரம்பரியச் செழுமைகளிலிருந்து பெற்றுப் புதுக்கிய அர்த்தமுள்ள நவீனத்துவம்; ஆன்மிகச் சாய்மானத்தை முன்னிறுத் திய அறிவியல் கண்ணோட்டம்; 'மோஸ்தர் காற்றுக்கேற்ப பாய்மரம் விரிக்க'த் தெரியாத, விரிக்க மறுக்கும் சுயமரியாதை; சிறுமையும், சில்லறைத்தனமும் தன் நிழலையும் அண்டாமல் காக்கும் ஒரு ஜாக்கிரதை உணர்வு; உள்ளம், சொல், செயல் இவற்றிடையே இழையோடும் வியக்கத்தக்க இசைவு; புகழுக்கோ, லாபத்துக்கோ தனக்கு 'சரி' எனத் தோன்றும் நிலைப்பாடுகளை சமரசம் செய்துகொள்ள இடமே கொடுக்காத பிடிவாதம்; தனது தவறான வெளிப்பாடுகளுக்காக ஆன்மத் தூய்மையுடன், ஆரவாரமில்லாமல் வருந்தும் சால்பு.

ஜே.கேயின் ஆளுமையின் பல பரிமாணங்களின் அடிப்படை இதுதான்: இவர் மனிதநேயமுள்ள, சித்தர் போன்ற ஆன்மிகப் பிடிப்புள்ள, படைப்பு வீரியம் துடிக்கும் ஒரு பெருந்தன்மையாளர்.

நாற்றங்கால் பருவம்

1934ஆம் ஆண்டு கடலூர் மாவட்டம் மஞ்சக்குப்பத்தில் தண்டபாணி பிள்ளைக்கும் மகாலட்சுமி அம்மாளுக்கும், முருகேசன் என்ற பெயரில் பிறந்து இளம்பருவத்திலேயே ஜெயகாந்தன் என்று பெயர் மாற்றம் பெற்றார். தன் பின்புலம் குறித்து ஜெயகாந்தன் சுவையாகக் கூறுவார்: தன் ஊர் நகரமும் அல்ல, கிராமமும் அல்ல; தன் குடும்பம் செல்வச் செழிப்புள்ளதும் அல்ல, ஏழ்மைப்பிடியிலும் இல்லை; பிறந்த குலம் 'மேல்' குலமும் இல்லை, 'கீழ்'க்குலமும் இல்லை. இதைப் பற்றி ஒருநாள் ஜே.கே. கூறினார்: 'இந்தக் காரணங்களுக்காக என்னை இரண்டுங்கெட்டான் பேர்வழி என்று சிலர் கூறலாம். அதில் உண்மையே இல்லை என்று நான் மறுக்கமாட்டேன். ஆனால், இந்த நிலைமை வாழ்க்கையைப் பற்றிய ஒரு பக்குவமான நிலைப்பாட்டை அளித்துள்ளது என்று நான் நம்புகிறேன். ஒரு சூழலிலேயே ஆழ்ந்துவிட்டால் அந்தச் சூழலைப் பற்றிய தெளிவான பார்வை ஏற்படாது. அதற்குச் சற்றே தொலைவில் அமர்ந்து அதைப் பார்ப்பது ஒரு பக்குவத்தையும் தெளிவையும் அளிக்கிறது என்பதை நான் பன்னாட்களில் உணர்ந்திருக்கிறேன். இந்த 'இரண்டுங்கெட்டான்' நிலையே எனக்குப் பக்குவத்தை அளித்த அனுபூதியோ என்று நான் மகிழ்ச்சியடைவதுண்டு.'

இளம்பிராயத்திலிருந்தே ஜே.கே. ஒரு சுதந்திர ஜீவி. கட்டுகளை வெறுத்தவர். அடங்காப்பிடாரி என்ற பெயரை அனைவரும் அவருக்குத் தயக்கமின்றிச் சூட்டினர். இதை ஒரு புகழுரையாகவே தான் மதித்ததாக அவர் நினைவுகூர்வார். தன் பிள்ளைப்பிராயத்தைக் குறித்த குழந்தைமை கமழும் சில பதிவுகளை அவர் செய்துள்ளார். அவர் பிள்ளைப்பிராயத்திற்கு இவை சுவையான சாளரங்களாக விளங்குகின்றன.

முரட்டுத்தனம் அவருக்கு இயல்பாக வாய்த்திருந்தது. 'enfant terrible' என்ற கட்டுரையிலிருந்து சுவையான ஒரு பகுதி: 'பத்து

வயதில் நடந்த சம்பவம் ஒன்று எனக்கு நினைவு வருகிறது. என்கூட விளையாடுகிற பையன்களெல்லாம் காது குத்தியிருந்தார்கள். சிலர் பூணூல் போட்டிருந்தார்கள் எனக்குக்காதும் குத்தவில்லை; பூணூலும் போடவில்லை. பூணூல் போடாததற்குக் காரணம் புரிந்தது. காது ஏன் குத்தவில்லை? அதற்குக் காரணமும் சொன்னார்கள். 'திருட்டுக் காது குத்துதல்' என்று ரகசியமாகச் செய்வார்களாம். அதிலும் எங்கள் குடும்பம் 'முற்போக்கு' ஆயிற்றே! சுயமரியாதைத் தம்பதிகளுக்குப் பிறந்தவனல்லவா நான்? ஆகவே, அதெல்லாம் ஆண்பிள்ளைகளுக்கு ஒன்றும் வேண்டாம் என்று சொல்லிவிட்டார்கள்.

''எனக்கு முதல் ஏமாற்றம் 'நான் பிராமணன் இல்லை' என்பது.இரண்டாவது, 'காதும் குத்தமாட்டேன்' என்கிறார்களே என்பது.

''ஒரு நாள் அறைக்கதவைத் தாழிட்டுக்கொண்டு, நானாகவே ஊசியும் நூலும் கொண்டு, கண்ணாடியின் முன்னால் நின்று இரண்டு காதுகளையும் ஒழுங்காகக் குத்தி நூலை இழுத்து வளையம் மாதிரி கட்டிக்கொண்டேன்! எல்லோருக்கும் காட்டினேன். எல்லோரும் ஆச்சரியப்பட்டார்கள்.

''அவனா! 'ராட்சஸப் பயல்' என்று சொல்ல ஆரம்பத்தார்கள். கம்யூனிஸ்ட் கட்சியில்கூட என்னை 'enfant terrible'(எமப் பயல்) என்று சிலர் அழைப்பார்கள். அப்படித்தான் இருந்திருக்கிறேன். இப்போது முடியவில்லை.''

பள்ளிக்கூடம் என்பது சிறுவன் ஜெயகாந்தனுக்கு வேப்பங்காய் மாதிரி. ஆனால் அங்கு கும்மாளமடிப்பது ரொம்பப் பிடிக்கும். அதாவது, அவன் பள்ளிக்குச் சென்ற சில நாட்களில். அவன் பள்ளிக்குப் போகிறானோ, இல்லையோ, தினமும் குறித்த நேரத்தின் சிறிதும் தவறாமல் பள்ளியிலிருந்து 'திரும்ப வருவான்'.

பரிட்சைநேரம். எதையோ எழுதிவிட்டு திரும்பிவிட்டான். பரிட்சை 'ரிசல்ட்' பற்றிய ஒரு சுவையான சித்திரம்: ''ரிஸல்ட் எழுதிப்போடுகிற அன்று நானும் குழந்தைவேலு என்கிற பையனும் தோள்மீது கை போட்டுக்கொண்டு ரிஸல்ட் பார்க்கப் பள்ளிக்கூடம் போனோம். இந்த 'பாஸ்-பெயில்' விவகாரமெல்லாம் நமக்குத் தெரியாது. அடுத்த கிளாஸுக்குத் 'தூக்கிப்போடுவதும்' அதே கிளாஸில் 'உக்கார வைப்பதும்'தான் தெரியும். குழந்தைவேலு என்னிடம், 'அடேய்! நீ பெயில்' என்று ஓடிவந்து சொன்னான். எனக்குச் சந்தோஷம் தாங்கவில்லை. 'ஆகா! நான்

பெயிலாகிவிட்டேன்' என்று குதித்தேன். 'பெயில்னா அதே கிளாஸுன்னு அர்த்தண்டா', என்றான் குழந்தைவேலு. 'அப்படின்னா என்னைத் தூக்கிப் போடலையா? என்று சுருதி குறைந்து கேட்டேன். இதற்காக அழவேண்டுமென்றெல்லாம் எனக்குத் தெரியவில்லை. என்னை அதே கிளாஸில் உட்கார்த்தி வைத்தால் என்ன? அதன் பிறகு நான் அந்தப் பள்ளிக்கூடத்துக்குப் போனால்தானே!''

பிற்காலத்தில் ஜே.கே. ஒரு வெண்பா எழுதியிருந்தார்:

'பட்டேன் பலதுயரம் பாரிலுள்ளோரால் வெறுக்கப்
பட்டேன் படுகின்றேன் பட்டிடுவேன் - பட்டால்
என்?
நாட்டுக் குழைக்குமெனை நாடே வெறுத்திட நான்
வீட்டுக்கும் வேண்டா தவன்!'

இதைப் பற்றி ஒருநாள் அவரிடம் கேள்வியெழுப்பினேன். ''இளம்பிராயத்தில் நீங்கள் எதிர்கொண்ட வேதனைகளின் பதிவா இந்த வெண்பா?'' என்று. எதிர்பாராத ஒரு விளக்கத்தை அளித்தார் ஜே.கே. ''இது வேதனையும் அல்ல, ஆதங்கமும் அல்ல. கட்டு களும், பந்தங்களும் என்றுமே எனக்கு ஒவ்வாதவை. அன்பும், ஆதரவும் ஒரு பந்தம்தான். அன்பு மறுக்கப்படும்போது அது ஒரு சின்ன சிராய்ப்பாய்த் தோன்றலாம். அதேநேரத்தில் அது விடுதலை யுணர்வுக்கு உரம் சேர்க்கிறது. எனவே, இந்த வெண்பாவை விடுதலைப்பண்ணாகப் பார்க்கவும் வாய்ப்பு இருக்கிறதல்லவா?'' இந்தக் கவிதைக்கு ஒரு புதிய புரிதல் கிடைத்ததோடு அவர் பிள்ளைப்பிராயத்து உணர்வுகள் பற்றி ஒரு வெளிச்சமும் கிடைத்தது.

சிறுவன் ஜெயகாந்தன் 'ஓடுகாலி' என்றும் அறியப்பட்டவனாக இருந்தான். ஏனோதானோவென்று கிடைத்த பட்டமல்ல இது. அடிக்கடி காணாமல் போய்விடுவான். நடைப்பயணம், டிக்கெட் இல்லாத ரயில் பயணம் என்று பல மார்க்கங்கள் உண்டு அவனுக்கு. அவன் அடிக்கடி இந்தக் கண்ணாமூச்சியாட்டத்தில் ஈடுபட்டதனால், 'அவன் எங்கே போனான்?' என்ற கவலைகூட குடும்பத்தினருக்கு மழுங்கிப்போய்விட்டது.

தன் பிழைப்புக்காக அவர் மேற்கொண்ட பல பணிகளைப் பட்டியலிடுகிறார் ஜே.கே: மளிகைக்கடைப் பையன், ஒரு டாக்டரிடம் பை தூக்கும் உத்தியோகம், மாவு மிஷின் வேலை, கம்பாஸிடர், ட்ரெடில் மேன், புத்தகம் விற்பது, கம்யூனிஸ்ட் கட்சி ஆஃபீஸிலிருந்து பத்திரிகை, புத்தகங்கள் மட்டுமல்ல; மதுரை

சென்ட்ரல் தியேட்டரில் 'வேலைக்காரி' சினிமாப் பாட்டுப் புத்தகம் விற்றதும்கூட, மாவு மிஷின் பாகங்கள் செய்கிற ஃபவுண்டரியில் எஞ்ஜினுக்குக் கரி வாரிக் கொட்டுகிற வேலையில் கொஞ்ச நாள், சோப் பாக்டரியில், இங்க் பாக்டரியில் கைவண்டி இழுத்தது, ஜட்கா வண்டிக்காரரிடம் உதவியாளனாக இருந்தது, ப்ரூஃப் ரீடர், பத்திரிகை உதவியாசிரியன்...

''அக்காலங்களில்தான் எளிய தொழிலாளர்களின் சிறிய குடியிருப்புகளிலும், ஏழை விவசாயிகளின் எளிய குடிசைகளிலும் தங்கி, அவர்களது உபசாரத்தை, அவர்கள் தருகிற உணவை, அவர்கள் வாழ்கிற பண்பை நான் அதிகம் அனுபவித்தேன். அந்த அனுபவங்கள் இந்த வாழ்க்கையைப் பற்றிய புதிய ஞானத்தை எனக்குத் தந்தன. வாழ்க்கையின் உயிர்ப்பு எங்கெல்லாம் மிக ஆரோக்கியமாகத் தளும்பிநிற்கிறது என்பதை என்னால் தரிசிக்க முடிந்தது. வாழ்வைப் பற்றிய புதிய நம்பிக்கையும், தைரியமும் எனக்குப் பிறந்தது'' என்று நினைவுகூர்கிறார் ஜே.கே.

அவரது பிள்ளைப்பிராயத்தில் ஒரு மடைமாற்ற நிகழ்வு. கம்யூனிஸ்ட் கட்சியில் பல்லாண்டுகளாகப் பணிபுரிந்த தன் மாமா புருஷோத்தமனிடம் ஒப்படைக்கப்படுகிறார். அவரது நாற்றங்கால் பருவத்தில் கம்யூனிஸ்ட் கட்சித் தொடர்பு; கம்யூன் வாசம்; இது பற்றி நன்றியுணர்வுடனும், நெகிழ்ச்சியுடனும் இவ்வாறு நினைவு கூர்கிறார்:

> ''இது எத்தகைய பள்ளிக்கூடம்! உலகத்து அரிய நூல்களெல்லாம் அடங்கிய ஒரு நூல்நிலையம். இந்தப் பள்ளியில். பொருளாதாரப் போதகர்போல் மார்க்ஸ். ஆன்மிக குரு மகாத்மா காந்தி.. தாய்மொழிப் பற்றும் இலக்கியப் பண்பும் போதித்தவர் மகாகவி பாரதி. கற்பிக்கும் ஆசிரியர் கள் பலர் கற்கின்ற மாணவர்களாகவும் இருந்து எனக்குக் கற்றுக்கொடுத்தனர்; ஜீவானந்தம், பாலதண்டாயுதம் போன்ற பெரும் தலைவர்கள் மட்டுமல்லாமல், ஒரு மாணவனுக்கு நேர்முகப் பயிற்சிதருகிற நடைமுறை ஆசிரியர்களாகச் சில பயிற்சி பெற்ற ஆசிரியர்களும் எனக்கு நியமிக்கப்பட்டனர்.''

கம்யூனிஸ்ட் கட்சியில் இருந்த பல அறிவுஜீவி ஆளுமைகள் ஜெயகாந்தன் என்ற இளைஞனின் உள்ளே ஒரு மேதை இயங்கிக்கொண்டிருந்ததை தரிசித்தனர். அந்த மேதைமைக் கனலை ஊதி ஊதி, 'தீயை வளர்த்திடுவோம்' என்ற பாரதியின் கவிதைக்கு ஏற்ப வளர்த்தனர். அவரது முரட்டுத்தனமான, சடங்கார்த்தமான

மரியாதை மறுப்பைப் பரிவுடன் புரிந்துகொண்டனர். அவருடைய வளர்ச்சியைப் பெருமையுடன் போஷித்தனர். இதுபோன்ற அனுபவங்களின் அடிப்படையில்தான் ' I studied in the university of Life' (நான் வாழ்க்கை என்ற பல்கலைக்கழகத்தில் பயின்றவன்) என்று ஜே.கே. அடிக்கடி கூறுவார்.

கட்சியின் நடைமுறைக் கட்டமைப்புகளும், இறுக்கமான சித்தாந்த நெறிகளும் சுதந்திரப் பிரியரான ஜெயகாந்தனுக்கு ஒருமாதிரியான சலிப்பை ஏற்படுத்தின. எனவே ஒரு கட்டத்தில் (1964இல்) கட்சியிலிருந்து வெளியேறினார். ஆனால், கட்சியின் பால் அவர் கொண்ட நன்றியுணர்வும், கட்சித்தோழர்கள் பலரிடம் அவர் கொண்ட நேசமும், மரியாதையும் பாதிக்கப்படவேயில்லை. இறுதிவரையில் தன் ஆளுமை, வளர்ச்சியில் கட்சியின் பங்களிப்பை நன்றியுணர்வுடன் நினைவுகூர்ந்துகொண்டேயிருந்தார் ஜே.கே.

ஜெயகாந்தனுள் உறையும் ஆன்மிகம்

ஆன்மிகம் என்றால் என்ன? ஆன்மிகவாதி யார்? இதற்கு ஜே.கேயே தெளிவு அளிக்கிறார். "எவனொருவன் தன் வாழ்க்கைக்கு அப்பால் ஒரு லட்சியத்தைக் குறிவைத்து, மனிதநேய அடிப் படையில் மனுஷகுல வாழ்க்கையைப் பற்றிப் பொறுப்போடு சிந்தித்துச் செயலாற்றத் தனது சுயவாழ்க்கையைப் பணயம் வைத்து, லௌகிக லாபங்களை எல்லாம் மறுத்து, அதன்பொருட்டு விளைகின்ற துன்பங்களைக்கூட எதிர்பார்த்து, அதனை எதிர் கொண்டு ஏற்றுக்கொள்கிறானோ அவனே ஆன்மிகவாதி."

மனிதநேயத்தின் கொதிநிலையில் சுருள்சுருளாய் எழும் ஆவியின் நல்மண அரவணைப்பில் சுத்திகரிக்கப்படுவதே ஜே.கேயின் ஆன்மிகம். ஜே.கேயின் படைப்புக் களனிலும் தனிமனித உலகத்திலும் அடிநாதமாக விளங்குவது இந்த ஆன்மிக லயிப்புதான். இன்னொருவருள் 'கூடுவிட்டுக் கூடுபாய்ந்து' அவரது உள்மன ஆழங்களைத் தரிசித்து அவர்களுடன் பரிவையும் ஒற்றுணர்வையும் பகிர்ந்துகொள்வது ஜே.கேவுக்கு இயல்பாக சம்பவிக்கிறது. கருப்பு - வெள்ளைச் சட்டகத்தில் வாழ்வைப் பார்த்து, சட்டாம்பிள்ளைத்தனமாக நீதிவழங்க மறுத்தவர் ஜே.கே. தீயவர், புறம்போகியவர் என்று விளிம்புதள்ளப்பட்ட மானுடர் களின் இதயத்தில் உறையும் மேன்மையை தரிசித்தவர். பல வண்ணக் கலவையாக, பல மாறுபட்ட தர்மங்களின் ஊடாட்டக் களனாக வாழ்க்கையையும் உலகத்தையும் கண்டவர்.

"நான் எவ்வளவு கேவலமான விஷயங்களை மிகப் பரந்த அளவுக்குச் சித்தரிக்க எடுத்துக்கொண்டாலும், அதில் சிறப்பானதும், உயர்வானதும், வாழ்க்கைக்கு அர்த்தம் கொடுப்பதுமான ஒரு மகத்தான மனிதப்பண்புக்கு வலுமிக்க அழுத்தம் கொடுத்து வாழ்க்கையின் புகழையே பாடுகிறேன்." வஞ்சிக்கப் பட்டவர் களிடமும், தண்டிக்கப்பட்டவர்களிடமும், சபிக்கப்பட்டவர் களிடமும் குடிகொண்டுள்ள மனித ஆன்மாவையே அவன் (எழுத்தாளன்) நாடிச் செல்கிறான்.

அவரது ஆன்மிகப் பார்வையை எதிரொலிக்கும் ஒரு கவிதை என் நினைவுக்கு வருகிறது; மே 1970 'ஞானரத'த்தில் வெளிவந்தது:

வாழ்வதன் முன்னம் நான் செத்திருந்தேன்
செத்ததன் பின்னாலும் வாழ்ந்திருப்பேன்
சோர்வுக்கு முன்னால் நான் சுகித்திருப்பேன்
சோர்வுக்குப் பின்னாலும் சுகித்திருப்பேன்
வித்துக்கு முன்னால் நான் விளைந்திருந்தேன்
விளைவுக்குப் பின்னாலும் வித்தாவேன்
முடிவுக்கு முன்னால் நான் முதலானேன்
முடிந்தாலும் முடிவுக்கோர் முதலாவேன்
அசைவுக்கு முன்னால் நான் அணுவானேன்
அணு பிளந்தாலும் பிளவுக்குள் அசைவானேன்.

ஆன்மிகத்தையும் புரட்சியையும் இரு கண்களாகப் பார்த்தவர் ஜே.கே. அவரது பார்வையில் கார்ல் மார்க்ஸ் ஒரு ரிஷி. 'ஜய ஜய சங்கர' நாவலில் ஆச்சார்ய ஸ்வாமிகள் புரட்சியையும், தெய்விகத்தையும் இணைத்துப் பார்க்கும் பார்வை ஒரு புது வெளிச்சத்தை அளிக்கவல்லது. அந்த நாவலிலிருந்து ஒரு சிறு பகுதி:

> ''மாகாளி துர்க்கை ஓய்ந்துவிடவில்லை என்பதற்கு அடையாளமே இந்தக் குழந்தையின் கோபம்!'' என்று உமாவிடம் பேசிச் சிரித்த ஸ்வாமிகள், ''அம்பிகை எல்லா உயிர்களையும் ரட்சித்துக் காப்பாற்றுகிறவள். அழித்துவிட மாட்டாள்... புரட்சி என்றால் ஆக்கம்தானே? படைப்புத் தானே? வாழ்க்கைதானே? லோகக்ஷேமம்தானே?.... அது தான் குழந்தை.. என் பாஷையில் கடவுள், உன் பாஷையில் புரட்சி.. புரட்சியைச் சரியாகப் புரிந்துகொள்கிறேனா நான்?'' என்று அவர்களிடமிருந்து கேட்டுத் தெரிந்துகொள்கிற குழந்தை மாதிரிச் சொல்லித்தந்தார் ஸ்வாமிகள்.

பாரதநாட்டுத் தத்துவ-ஆன்மிக வரலாற்றில், குறிப்பாகத் தமிழக வரலாற்றில் சித்தர்களின் பிரசன்னம் வேர்ச்சார்புள்ள, உயிர்த்துடிப்புள்ள ஒன்று. காலத்திற்கும் தங்கள் உலகப் பார்வைக்கும் ஒவ்வாத மரபுகளைப் புறந்தள்ளுதல்; தத்துவக் கட்டமைப்புகளுக்கு மேலாக ஆன்மிக, மெய்யுணர்வு அனுபவங் களுக்கு முன்னுரிமை அளித்தல்; வரட்டுத் தத்துவப் படிமங் களையும், அறிவுக்கும் நீதி உணர்வுக்கும் புறம்பான மரபுமடமை களையும் அங்கதச்சுவை கொப்பளிக்கும் விமரிசனத்துக்கு இலக்காக்குதல்; காலத்தினாற் சவமாய்ப்போன புனிதங்கள்பால் ஓர் ஆரோக்கியமான, அச்சமற்ற மரியாதை யின்மை; போலி

மரியாதைகளைத் தவிர்த்தல்; வாழ்வின் இன்பங் களுடன் கள்ளக் கண்ணாமூச்சி ஆடும் கயமைக்குக் கசையடி; இன்பம் துய்ப்பது மனிதஇயல்பு, தேவை என்பதற்கான உரிய அங்கீகாரம்.. இந்தக் குணாம்சங்களின் ஒருமித்த ஆளுமைதான் சித்தர் ஆளுமை. இது ஜெயகாந்தனின் ஆளுமையின் ஒரு படப் பிடிப்புக்கோணம்தானோ என எண்ணுவது தவிர்க்க வொண்ணாதது.

மகான்களுக்கும் சித்தர்களுக்கும் ஜே.கே வாழ்வில் ஒரு முக்கிய இடம் உண்டு. அவருடைய சொற்களில்,

> ''அந்தச் சந்திப்புகளால் நான் அடைந்த அனுபூதிகளின் விளைவல்லாமல் வேறொன்றுமில்லை எனது ஜீவிதம். ஜீவிதம் என்பது வெறும் உயிர்வாழ்தல் அல்ல. அந்த மகாஜீவிகள் எனக்கு அருளிய உபதேசங்கள் வெறும் வாய்மொழியானவை மட்டும் அன்று. ஏன், வாய்மொழிகள் மூலம் அல்ல என்றுகூடச் சொல்லி விடலாம். அவர்களின் வாழ்க்கைபற்றிய பார்வையே எனக்கு ஏற்ற இதோபதேசங் களாயின.''

ஜே.கேயுடன் நன்கு பழகியவர்களுக்கு அவருள் ஒரு சித்தர் நிழலாடுவதை உணரமுடியும். வாழ்வை ஒரு உத்வேகத்துடன் நேசிக்கும், புணரும் ஜே.கே .ஒரு 'ஸ்திதப்ரக்ஞத்துவ' உணர்வுடன், தாமரை இலை மேல் தண்ணீர்த் திவலைபோல், வாழ்வை ஒரு புன்சிரிப்புடன் ஓர் அந்நியன்போல் ரசிக்கவும் செய்கிறார். இதன் எதிரொலி இதோ:

> ''எனக்குக் காலூன்ற வேறெங்காவது ஓர் இடம் கொடுங்கள். இந்தப் பூமியை நெம்பிக் கிளப்பித் தூக்கி யெறிந்துவிடுகிறேன் என்று ஒருவன் சொன்னது விஞ்ஞான பூர்வமான உண்மை; வேதாந்தபூர்வமான உண்மையும்கூட. இந்த பூமியைத் தூக்கிக் கிளப்ப வேண்டுமானால் இத்துடன் நமக்கு இருக்கிற சம்பந்தம் விடுபடவேண்டும் என்பது பொருள். இப்படிப்பட்ட ஓர் சம்பந்தமின்மையை நான் பல துறைகளில் அவாவுறுகிறேன்.
>
> ''அனுபவங்கள் என்பதற்கு ஓர் ஆழ்ந்த பொருள் உண்டு. எனக்கு நினைவு தெரிந்த நாள் முதலாய்க் கண்டு, கேட்டு, உண்டு, உயிர்த்த வாழ்க்கையின் ஒவ்வொரு துளியையும் இயன்றவரை ருசித்து என்னுள் தேக்கிக் கொண்டிருக்கிறேன். ஒன்றில்ஆழ்ந்து ஈடுபட்டிருக் கையில் அது பற்றிப் பேசமுடியாது. அப்படிப் பேசுகையில் அது அந்த

ஒன்றின் கூறு ஆகுமே ஒழிய, அனுபவம் ஆகாது. அந்த ஒன்றிலிருந்து விலகிய பிறகுதான் அதுபற்றி முழுமையாக உணர்வது சாத்தியம்.''

சித்தர் ஆளுமையின் இன்னோர் அம்சமாக 'தீய பழக்கங்கள்' என்ற மூளைச்சலவை ஊடாகப் பரவலான சமூகத் துர்ச்சான்றிதழ் பெற்ற சில பழக்கங்கள் பற்றிய ஜே.கேயின் வார்த்தைகள் சுவையானவை.

''இழிந்தவர்கள், கடைமக்கள் என்று சமூகத்தால் ஒதுக்கப்பட்ட மக்களோடு நட்புகொள்ள விழைந்ததால் நானே வலிந்து ஏற்படுத்திக்கொண்டு, பின்னர் அதிலே ஒரு லயம் கண்டுவிட்ட பழக்கங்களே நான் புகைபிடிப்பதும், மதுவருந்துவதும், மாமிசம் புசிப்பதும் இன்னபிற 'துறந்த நடை'களும் என்று சுயதரிசனம் கொள்கிறேன். போதைகளில் லயிப்பது என்பது எனது புலன்களுடன் நான் ஆடும் கண்ணாமூச்சி ஆட்டம்,'' என்கிறார்.

என்னுடைய பார்வையில், 'ஸ்திதப்ரக்ஞ' ஆளுமையின் அடிநாதம் இதுதான். வாழ்க்கையை உயிர்ப்புடன் சுகிக்கும் அதே நேரத்தில், அதனிலிருந்து சற்றே விலகி நின்று அதை ஒரு மந்தஹாஸமான சிரிப்புடன் பார்த்து ரசிக்கும் பாங்கு.

ஜே.கே. கூறுவார்:

''இந்த வாழ்க்கை என்பது ஓர் அனுபவம் என்பதைத் தவிர, எனக்கு வேறொன்றும் தெரியவில்லை. இதைச் சோதித்துப் பார்க்கவும் நேரமில்லை. இது பொய்யா? மெய்யா? என்று புரிந்துகொள்ளவும் அவசியமில்லை. இப்படிப்பட்ட முயற்சிகள் எல்லாம் வாழ்க்கை என்ற அனுபவத்திற்கு இடையூறுகளாகவே ஆகின்றன.''

மனிதநேயம்:

அன்பு, இயைபு அவரது தாரக மந்திரம். இயற்கைக் கோள்களும் சரி, பன்னாட்டு ஊடாட்டங்களும் சரி, பல்வகைப் பட்ட பொருளாதார அமைப்புகளும் சரி. தனிமனித / ஆண்-பெண் / சாதி உறவுகளும் சரி, சமன்பாடு அல்லது **equilibrium** நோக்கி இயங்குவதே இயல்புக் கட்டாயம் என்பது அவர் கருத்து. ஒரு சமன்பாட்டு நிலையிலிருந்து பிறிதொரு சமன்பாட்டு நிலை நோக்கிப் பயணிப்பதே இயற்கை / வரலாற்று இயங்குநெறி என்பது அவர் பார்வை.

மானுட உறவுகளின் பல களங்களில் - பொருளாதார, சமூக, அரசியல் களங்களில் - இந்தப் பார்வை இயைபுக்கும் அன்புக்கும் வழிகோலும் என்பது அவர் துணிபு. இந்த அன்பு / இயைபு வட்டத்தை விரிவுபடுத்துவது அவரது தத்துவப் பார்வையின் அடிநாதம்.

மனித நேயம் என்ற சொல் ஓரளவு கறந்து கறந்து வற்றிப் போன சொல்லாட்சியாக clicheஆகத் தேய்ந்து போய்விட்டதோ என அஞ்ச இடமுள்ளது. ஜே.கே.யின் படைப்புகளில் நாம் எதிர்கொள்ளும் மனிதாபிமானம் / மனித நேயம், நிகழ்வுச் சூட்டில், அனுபவத் துடிப்பில், உணர்வு மாற்ற எல்லைகளில், ஆளுமைச் சவால் விளிம்புகளில் 'சரேல்' என்று பீறிட்டு எழுகிறது.

ஜே.கே.யின் மனித நேயம் நாம் பெரிய / சின்னத் திரைகளில் காணும் 'கிளிசரின்' அழுகைக் கறை பட்ட போலி அல்ல. இது ஓர் ஆத்மார்த்தமான மனித நேயம். அவரது பார்வை, உலகை 'கருப்பு-வெள்ளை' என்று ஒற்றைப் பரிமாணத்தில் அணுகும் தட்டையான பார்வை அல்ல. மனிதத்தின் பன்முகப்பட்ட விகசிப்புகளின் ஆன்மாவை தரிசித்து, அதனை ஆரோக்கியமாக உள்வாங்கி, கலைநயத்துடன் வெளிப்படுத்தும் ஆற்றல் அவரது.

ஒரு நிகழ்வு நினைவுக்கு வருகிறது. ஒரு மாலை நேரம். ஜே.கே. இன்னொரு நண்பர், நான் - மூவரும் ஓர் உணவு விடுதியில் சிற்றுண்டி அருந்திவிட்டு, கார் ஓட்டுனருக்காகக் காத்திருந்தோம். பேச்சுவாக்கில், எங்களுக்குத் தெரிந்த ஓர் இளைய பெண்நண்பரின் விவாகம் முறியும் தறுவாயில் இருப்பதாக நண்பர் கூறநேர்ந்தது. அதைக் கேட்டு ஜே.கே கூறினார்:

> ''அய்யோ! இவர்களுடைய அறிவு இவர்களை வாழவே விடாதோ! வாழ்க்கையைப் பகுத்துப் பகுத்துப் பார்த்துக் கொண்டே, வெறுப்பையும், விரக்தியையுமே அறுவடை செய்கிறார்களே இந்தக் குழந்தைகள். அடிப்படையில் வாழ்க்கை வாழ்வதற்கே என்ற விவேகத்தைப் பெற மாட்டார்களா?'' தந்தையின் பரிவுடனும் கரிசனையுடனும் வெளிவந்த சோகம் போர்த்த சொற்கள் இவை.

பெருந்தன்மை:

பெருந்தன்மை அவருக்கு இயல்பாக வாய்த்த நற்பண்பு. ஞானபீட விருது குறித்து, ஒருவர் தனது இதழில், ''ஜெயகாந்தன் இறந்து பல ஆண்டுகளாகிவிட்டன. இது அவரது சடலத்துக்குச் செய்யும் சடங்கு'' என்ற பாணியில் எழுதி இருந்தார். இதற்கு எதிராக

பல நண்பர்கள் குமுறி எழுந்தனர். இரண்டு மூன்று வாரங்களுக்குப் பிறகு, இது குறித்து ஜே.கே நிதானமாக ஒரு கருத்தை 'சபை'யில் சொன்னார்.

> ''இறந்தும் வாழ்தல் ஒரு சுவாரஸ்யமான அனுபவம். எழுதிக்கொண்டே இருப்பதைவிட எழுதுவதை நிறுத்தி, அதன் விகசிப்புகளையும் தாக்கங்களையும் கண்டு அசை போடுவதில் ஒரு சுகம் இருக்கிறது. பேசிக்கொண்டே இருப்பதைவிட பேசுவதை நிறுத்தி, நமது சொற்களின், எண்ணங்களின் சலனங்களையும், எதிரலைகளையும் தரிசித்தல் அர்த்தமுள்ளது. இதை உணர்ந்துதான் விருது அளித்தார்களோ? இறந்தும் வாழ்வதற்கான விருதுதானோ இது?''

என்று அந்த 'மேதாவி'யின் அத்துமீறலுக்கும் ஒரு மரியாதை கொடுத்தார் ஜே.கே.

தாமரையிலைத் தண்ணீர்:

தென்னைமரங்கள் மீது ஜெயகாந்தனுக்குக் கொள்ளை ஆசை. இதோ அவருடைய வாக்குமூலம்:

> ''மணிக்கணக்காகத் தென்னைமரங்களைப் பார்த்துக் கொண்டிருப்பது எனக்குப் பிடிக்கும். மயிலின் தோகை மாதிரி சில சமயங்களில் அவை சிலிர்க்கும். மந்தகாசத் தென்றலில் சிட்டுக்குருவிகளுக்கு ஊஞ்சல் கட்டித் தாலாட்டும். புயற்காற்று வந்துவிட்டால் தலைவிரித்து நின்று ஆடும். மாரிக்காலத்தில் மழைபெய்து ஓய்ந்தபின்னர் சரம்சரமாக முத்துக்கட்டி நின்று... நிலாக்காலமும் சேர்ந்துவிட்டால் ஜகஜ்ஜாலம் காட்டி ஜொலிக்கும்!
>
> ''அந்தத் தென்னைமரங்கள் எனக்குச் சொந்த மானவையாக இருக்கவேண்டிய அவசியமில்லை. அவை அண்டைவீட்டில் இருந்தாலும் போதும்; ஆற்றங்கரை மணலில் நின்றிருந்தாலும் போதும்; தொடுவானத்துக்கு விளிம்புகட்டி ஊருக்கு வெளியே தோப்பாகக் கவிந்திருந் தாலும் அழகாய்த்தான் இருக்கும்.''

கே.கே.நகரில் ஜே.கே. புது வீடு கட்டியிருப்பதை அறிந்து, முகமறியாத ஒரு நண்பர் பத்து தென்னங்கன்றுகளை அனுப்பியிருந்தார். நாளடைவில் பெரிய மரங்களாக வளர்ந்து பாளை வெடித்துச் சிரித்துக் குலைகுலையாய்க் காய்த்துத் தள்ள

ஆரம்பத்துவிட்டன. 'தென்னை மரங்கள்' என்ற கட்டுரையின் பிற்பகுதி இதோ:

"ஒரு நாள் நள்ளிரவில் அவர் வந்தார். எப்படி வந்தார் என்று தெரியவில்லை. மரத்தின்மீதிருந்த தேங்காய்களைப் பறித்துக்கொண்டிருந்தார். சின்ன வயதிலிருந்தே எனக்குத் திருடர்களைப் பற்றிப் பயம் கிடையாது. அவர்களும் மனிதர்கள்தானே என்ற எண்ணம்.

"எனவே மாடி அறை ஜன்னலைத் திறந்து அவரிடம் அன்பாகப் பேசினேன். அவரை நான் 'திருடன்' என்று நினைப்பதாக என்னை அவர் சந்தேகித்துக் குதித்து ஓடிவிட்டால் எனக்குத்தானே நஷ்டம்?

"என்னய்யா. பகலெல்லாம் தேடினேன். கிடைக்க வில்லை. நல்லவேளை! இப்பொழுதாவது வந்தீரே. இருக்கிற காய்களையெல்லாம் பறித்துப்போடும். உமக்கு வேண்டியதை எடுத்துக்கொண்டுபோம்."

"மறுநாள் காலையில் போய்ப் பார்த்தேன். அந்த மரத்துக்குக் கீழே நான்கைந்து குலைகள் பறித்துப் போடப்பட்டிருந்தன. பறித்துப் போட்டவன் தனது கூலியை எடுத்துக்கொண்டு போயிருப்பான் அல்லவா?

"ஜன்னல் வழியாகத் தெரியும் தென்னை மரத்தின் பசிய ஓலைகளைப் பார்த்துக்கொண்டிருப்பது மட்டுமே எனக்கும் அவற்றுக்கும் உள்ள சொந்தம்!"

சபை நடுவினிலே

ஸஹ்ருதயர்கள் என்று ஜெயகாந்தன் வரித்துக்கொண்ட நண்பர்கள் அவர் உலகில் முக்கியமான பிரஜைகள். அவர்கள் தமிழ்நாடெங்கும் பரவியுள்ளனர். ஏன், மற்ற மாநிலங்களிலும், மற்ற நாடுகளிலும்கூட. அவர்களுடன் ஜே.கே. பகிர்ந்துகொள்ளும் சம்பாஷணைநேரங்கள் தெவிட்டாத அனுபவங்கள். 'ராமன் இருக்கும் இடமே அயோத்தி' என்று கூறுவார்கள். அதுபோல், ஜே.கே. இருக்கும் இடமே அவருடைய 'சபை'. வெளியூரில் கூட்டத்திற்காகச் சென்றிருப்பார். அவருக்கு ஒதுக்கப்பட்ட ஒரு 'லாட்ஜி'ல் உள்ள அறை 'சபை'யாக மாறிவிடும். ஸஹ்ருதயர்கள் சூழ வெளியூர்ப்பயணம் செல்லும்போது சாலையின் அருகே ஒரு வாய்க்கால் இருக்கும். நண்பர்களுடன் அங்கே ஆனந்தமாகக் குளித்துவிட்டு, அருகிலுள்ள மரநிழலில் அமர்ந்து எளிய தின்பண்டங்களைக் கொறித்துக்கொண்டே சம்பாஷணை தொடங்கும். அது பதினைந்து நிமிடங்களில் முடிந்துவிடலாம். அல்லது, இரண்டுமணிநேரம் நீளலாம். இதுவும் 'சபை'தான்.

எனினும் இரண்டு களன்கள் ஜே.கே 'சபை' என்ற முத்திரை பெற்றவை; இதற்கு 'மடம்' என்ற இன்னொரு பெயரும் உண்டு. முதலில், ஆழ்வார்ப்பேட்டையில் டி.டி.கே சாலையில் (அப்பொழுது அது மௌபரீஸ் ரோடு). எளிமையான மாடிப்பகுதி. மூன்று சிறிய அறைகள். ஒரு பால்கனி. உள்ளே ஒரு நீண்ட மேஜை. சில மடக்கு நாற்காலிகள். அங்கேயே இரண்டு / மூன்று பேர் தங்கியிருப்பார்கள். அவர்களுள் காவி உடுத்திய ஒரு சாமியாரும் உண்டு. அது ஒரு floating population. கடவுள் சன்னதியில் நைவேத்தியம் படைப்பதுபோல் சிலர் தின்பண்டங்களும், மது பாட்டில்களும் கொண்டுவருவார்கள். ஜே.கேயின் வெண்கல த்வனி ஒலித்துக்கொண்டு இருக்கும். அந்த இடத்தில் ஒரு ceiling fan உண்டு. எவ்வளவு புழுக்கமாக இருந்தாலும் அது சுற்றாமல் எப்பொழுதும் தவத்தில் ஆழ்ந்திருக்கும். அங்கு குடியிருக்கும் குருவிகளுக்குக் காயம் ஏற்பட்டுவிடக்கூடாது என்ற ஜே.கேயின் வாஞ்சை உணர்வின் அடிப்படையில். அந்த வீட்டை

அணைத்தவாறு ஒரு பெரிய அரச மரம். அவ்வப்போது பட்சிகளின் ரீங்காரம். அதை மூழ்கடித்துக்கொண்டு கார் 'ஹார்ன்ய'களின் உறுமல். அந்தக் கட்டிடத்தை ஒட்டி ஒரு சிறிய பிள்ளையார் கோவில். மாலைநேரங்களில் தேய்ந்து ஒலிக்கும் மணி ஓசை.

பிறகு 'சபை' கே.கே.நகரில் உள்ள ஜே.கே வீட்டுக்கு இடம் பெயர்ந்தது. வீட்டின் இரண்டாவது மாடிக்கு. மொட்டை மாடியில் கூரை வேய்ந்த பர்ணசாலை. ஒரு நீளமான மேஜை. அதை ஒட்டி ஒரு பெஞ்ச். நாலைந்து மடக்கு நாற்காலிகள். மரத்தாலான ஒரு பழைய பீரோ. நான்கு தட்டுள்ள மர அலமாரி. அதில் சில புத்தகங்கள். அதில் பழுப்பேறிய திருவருட்பா எப்போதும் வீற்றிருக்கும். ஒரு பழைய முகவரி நோட்புக் கூட. ஒரு சின்ன புத்தர் சிலையும். ஒரு காந்தி படமும். ஒரு விவேகானந்தர் படம். சுவரில் யாரோ ஓர் ஓவியர் வரைந்த ஜே.கேயின் ஓவியம். ஒரு நண்பரும் ஜே.கேயும் இருக்கிற ஃப்ரேம் போட்ட புகைப்படம். இரண்டு மூன்று ஆஷ்ட்ரேக்கள். ஒரு மூலையில் நான்கைந்து தண்ணீர் பாட்டில்கள் நின்றும், உருண்டும். அங்கு தங்கியிருக்கும் ஒரு தோழர் பயன்படுத்தும் படுக்கைச்சுருள். இவைதான் 'சபை'யின் 'அலங்கார'ப்பொருட்கள்.

'சபை'யின் சூழலும் இயங்குநெறியும் சுவையானவை. நிறப்பிரிகையாய் வருகையாளர்கள். இலக்கிய ரசிகர்கள், ஸஹ்ருதயர்கள், உயர்மட்ட அரசு / காவல்துறை அதிகாரிகள், அரசியல் பிரமுகர்கள், பழைய கம்யூனிஸ்ட் தோழர்கள், ஆட்டோ ரிக்ஷா ஓட்டுநர்கள், கானாப் பாடகர்கள், கூட்டத்தில் பங்கேற்க அவரை அழைக்கவந்த அமைப்பாளர்கள், வெளிநாட்டிலிருந்து அவரை 'தரிசிக்க' வந்த இலக்கிய ஆர்வலர்கள். அங்கு எல்லோரும் சமம். ஒருவருக்கும் பிரத்தியேகச் சலுகை கிடையாது. காலி நாற்காலி இல்லை என்றால் தரையில் உட்கார வேண்டும். அல்லது நின்றுகொண்டிருக்க வேண்டும். அங்கு வரும் நண்பர்கள் பரஸ்பரம் அறிந்துகொள்வது இயல்பாகவே நிகழும். இன்னொருவரைப் பற்றிய விவரங்களைத் தெரிந்துகொள்ள வேண்டும் என்ற அக்கறை அந்தச் சூழலில் ஓர் அநாகரிகம்.

தனது நண்பர்கள் குழாமைப் பற்றிய ஜெயகாந்தனின் பகிர்தல் சுவையானது:

> ''எனது நண்பர்கள் கூட்டம் பெரிது. அதில் பலர் மிக மிகச் சிறப்பான தன்னியல்பு கொண்டவர்கள். எழுதுகிறவர்களும் அதில் நிறையப் பேர் உண்டு. இதில் மிக

நெருக்கமானவர்களும் உண்டு. அவர்கள் எழுத்தாளர்கள் எனினும் சரி, எழுத்தாளர்கள் அல்லாதவர்களாயினும் சரி, சில மனுஷ இயல்புகளே எங்களை ஒன்றுசேர்த்திருக்கின்றன. இந்த உறவின்மீது எந்த ஒரு முத்திரையையும் குத்திக்கொள்ள நான் சம்மதியேன். நாங்கள் ஒரு கோஷ்டியோ ஏதோ ஒரு பாரம்பரியமோ அல்ல; அப்படிப்பட்ட அபாயங்கள்குறித்து நான் எச்சரிக்கையாய் இருக்கிறேன்.''

இரவு நெருங்க நெருங்க சூடு பிடிக்கும். சுவை கூடும். 'ஸவிஸ்தகுருடு' என்று சங்கேத பாஷையால் அறியப்படும் மது. சுகந்தமான புகைப்படலம். இதில் பங்கேற்கவேண்டும் என்ற நிர்ப்பந்தமே இல்லை. ஜே.கேயின் கணிப்பில் கண்ணியமாகக் குடிக்கத் தெரிந்தவர்களுக்கு மட்டும்தான் மது பரிமாறப்படும். யாராவது வரம்பு மீறுவதுபோல் தோன்றினால் உடனே அவருக்கு தாட்சண்யமே இல்லாத முற்றுப்புள்ளி. அசட்டுத்தனமாக யாராவது பேசினால் தலையில் ஒரு குட்டு; இதில் உரிமை இருக்கும், கோபம் அல்ல. ஜே.கே மிதமாகத்தான் மது அருந்துவார். ஒரு glass ஒரு மணி நேரத்துக்கு மேல் அவர் அரவணைப்பில் சுகித்திருக்கும். "I like to dilute my drink with time" என்று கவித்துவமாகக் கூறுவார்.

'சபை'யில் ஜே.கேதான் நடுநாயகம். அவருடைய பேச்சைக் கேட்கவே எல்லோரும் காத்திருப்பார்கள். பல நேரங்களில் 20 நிமிஷங்களுக்கு மேல்கூட மௌனம் நிலவும். அந்த மௌனத்திலும் உடனிருப்பு உயிர்ப்புடன் இயங்கிக்கொண்டே இருக்கும்.

சில நேரங்களில் திடீரென்று ஜே.கேயிடமிருந்து இசை பிறக்கும் - பாரதி பாடல்கள், திருஅருட்பா, தமிழ் ஒளி கவிதைகள் என்று. அவ்வப்போது கம்பரின் குரலும். அதிசயமாக ஆசு கவியாய் ஜே.கேயின் கவிதை வெளிப்பாடு. ஜே.கேயின் பாட்டில் இனிமையும் கம்பீரமும் இணைந்து ஒலிக்கும். ஒருநாள் பாரதியாரின் 'கரும்புத் தோட்டத்திலே' பாடல். 'விம்மி விம்மி விம்மி விம்மியழுங்குரல் கேட்பாய் காற்றே' என்ற வரிகளை அவர் உணர்ச்சி ததும்பப் பாடியதைக் கேட்டது மறக்க முடியாத அனுபவம். இன்று நினைத்தாலும் மயிர்க்கூச்செரிகிறது.

இந்த அர்த்தமுள்ள, இனிமையான 'மாலைநேரங்கள்' ஏழு / எட்டு மணி அளவில் தொடங்கி பன்னிரண்டு மணி வரை கூட நீளும். இலக்கியப் பரிமாற்றம்; தானே சூல்கொண்டு பிரசவித்த சிந்தனைத் தெறிப்புகள்; அறச் சினத்தின் மின்னல்வெட்டுகள்; சுருள்சுருளாகக் கிளர்ந்தெழும் புதுமைக்கோணக் கருத்துகள்; இயல்பான, பிசிரில்லாத ஹாஸ்ய ரசத்தின் பல விகசிப்புகள்.

கொச்சையான புரிதலோ, வக்கிரமான அணுகலோ அச்சூழலைச் சிறிதும் வடுப்படுத்த இயலாது. தனிமனித அந்தரங்க அத்துமீறலுக்கோ, வம்புப்பேச்சுக்கோ அந்தக் களத்தில் இடமே இல்லை.

தனது நண்பர்களுடன், ஸஹ்ருதயர்களுடன் ஜே.கே கரையும் மாலைப் பொழுதுகள் அவரது ஆளுமை வெளிப்பாட்டின் ஒரு முக்கிய அம்சம். அவருடைய சொற்களிலேயே கூறினால், ''ஆனாலும் நான் நிறையவேதான் பேசுகிறேன். பேசப்பேசத்தான் என்னையே எனக்குப் புரிகிறது. அதற்காகவே நான் பேசுகிறேன். பேசுவதென்றால் மேடைப்பேச்சு அல்ல. தனிப்பட்ட முறையில் ஒருவருடனோ அல்லது சிலருடனோ பேசுவது ஒருவகை படைப்புச் சிந்தனை (creative thinking)''என்கிறார்.

இவைபோன்ற நூற்றுக்கணக்கான 'சபை' நிகழ்வுகளில் பங்குபெற்றதை நான் பெரும் பாக்கியமாக மதிக்கிறேன். இந்த சம்பாஷணைகள் அச்சில் ஏறாத இலக்கியம். மறந்ததுபோக, நினைவுச்சுரங்கத்திலிருந்து மீட்டெடுத்த சில சிந்தனைத் தெறிப்புகளை இங்கு பகிர்ந்துகொள்வது அர்த்தமுள்ளதாக இருக்கும் என்று நம்புகிறேன். இதோ ஒரு 'மாதிரி' அல்லது sample படையல்:

''தமிழ்ச்சொற்களுக்குள் பொதிந்துள்ள தத்துவ / கலாச்சார அம்சங்களை அவர் அழகாக எடுத்துச்சொல்வார். உடம்பு சரியில்லீங்க என்றுதான் நாம் சொல்கிறோம். 'I am not well' 'நான் சரியாயில்லை' என்ற ஆங்கில வார்த்தைப் பிரயோகம் தமிழில் விபரீதமான அர்த்தத்தைக் கொடுக்கும். 'நான்' என் உடல் அல்ல; அதை மீறிய, ஆழமான விஷயம் என்ற தத்துவம் நாம் பேசும்போது இயல்பாக இடம் பெறுகிறது,'' என்றார் ஒரு நாள்.

''ஒரு காலத்தில் சினத்துக்கு ஆட்பட்டு, தடித்த வார்த்தைகளைப் பிரயோகிப்பது எனக்கு ஒரு நோயாகவே இருந்தது. 'ரௌத்திரம் பழகு' என்ற பாரதி வாக்கை ஒரு சௌகரியமான சமாதானமாகக் கொண்டிருந்தேன். பிறகுதான் ஒரு வெளிச்சம் கிடைத்தது. 'ரௌத்திரம் பழகு' என்ற வரியை 'ஐம்பொறி ஆட்சிகொள்' என்ற வரியுடன் இணைத்துப் பார்க்கவேண்டும் என்ற தெளிவு. சினத்துக்கு இரையாகக் கூடாது. சினத்தை என் கட்டுப்பாட்டுக்குள் வைத்துக் கொள்ளவேண்டும். சினத்தை வெற்றிகரமாக சாரத்தியம் செய்யப் பயிலவேண்டும் - இந்த விவேகம் பிறந்தது.

"நான் கூடுவிட்டுக் கூடு பாய்வதாக எங்கோ எழுதியதாக ஞாபகம். ஒரு மனிதனான நான் அடிக்கடி என் கூட்டிலிருந்து வெளிவந்து என்னையே பார்த்துக்கொள்வது எனக்கு சுகமான பொழுதுபோக்கு.

"'அஹம்' என்பதற்கு ஒரு பரந்துபட்ட ஆழமான அர்த்தச்செறிவு உண்டு. 'அஹம் ப்ரம்மாஸ்மி' என்பது அகந்தையின் வெளிப்பாடு அல்ல. 'அஹத்தை' அகண்டாகாரமாய் விசாலப்படுத்துவதே.

"புல்லையும் பூவையும் கடவுளாகப் பார்த்தால், கடவுளை எப்படித் தனியாகப் பார்க்கமுடியும்?

"மக்கள் பேசும் மழலையில் உள்ளாள்'என்று கலைமகளை அடையாளம் காட்டினார் பாரதி. வேர்மட்ட மக்கள் பேசும் கொச்சை மொழியில் தமிழ்த்தாய் வாசம் செய்கிறாள் என்பதாகவே இதை நான் பொருள் கொள்கிறேன். எனவேதான், சென்னை நகரச் சேரிக் கொச்சையில் என்னால் சரஸ்வதியின் பிரசன்னத்தைத் தரிசிக்க முடிகிறது.

"வைகுண்டம், சிவலோகம், கர்த்தரின் சாம்ராஜ்யம் போல்தான் கம்யூனிஸமும். நடைமுறைக்கு ஒவ்வாதது; ஆனால் மேம்படுத்துவது.

"அன்பே சுமையாக, சங்கிலியாக மாறும்போது, அத்தகைய அன்பிலிருந்தும் நம்மை விடுவித்துக்கொள்ளும் சுதந்திரம் தேவை.

"சூரியன் தினமும் சாகிறானா? அது ஒரு மாயை. மனிதன் செத்துக்கொண்டே இருக்கிறானா? அதுவும் ஒரு மாயைதான். மனிதன் பிறந்துகொண்டேயும் இருக்கிறான். மனிதகுலம் வாழ்ந்துகொண்டே இருக்கிறது. அதுவே சத்தியம்.

"'ஓம் சாந்தி' - புரோகிதர்களின் மந்திரத்திலிருந்து உலக கம்யூனிஸ்டுகளின் கோஷமாயிற்று.

"அறிவு நம்மிடமிருந்து தொடங்குகிறது. உலகத்தை அறியும்போது நாம் அதில் கரைகிறோம்.

"நம்மிடம் உள்ள மாபெரும் தீயகுணம் நாம் எதையுமே கோவிலாக்கிவிடுவது; எவரையுமே தெய்வமாக்கிவிடுவது.

எனவே நாம் வழிபடுவதிலேயே சமர்த்தர்கள், வளர்வதில் இல்லை.

"சுதர்மம் என்பது சுமத்தப்பட்ட கடமையோ, ஏற்றுக் கொண்ட நெறியோ அல்ல. சுமத்தப்பட்ட கடமை களினாலும், ஏற்றுக்கொண்ட நெறிகளாலும்கூடப் பாதிக்கப் படாத, பாதிக்கப்படக்கூடாத, நான் நானாக இருப்பதற்கான ஓர் இயல்பு இது. அது சுயநலம் அல்ல; சுய மறுப்பும் அல்ல. சுதர்மம் பிற தர்மங்களை பாதிப்பதில்லை. சுதர்மத்தை இழந்தவர்கள் எந்த தர்மத்தையும் பாதுகாத்ததில்லை.

"நமது சங்கீதம் நம் செவிகளிலும் நமது வெளிச்சம் நம் கண்களிலும் இருக்கிறது. இதைப் புரிந்துகொள்கிறவர்களே கடவுள் நம் உள்ளே இருக்கிறார் என்பதை ஏற்றுக்கொள்வார்கள்.

"உண்மைகளைச் சோதிக்கிறவன் அவற்றைப் பொய்யாக்குகிறவரை திருப்தியடைய மாட்டான்."

இவைபோன்ற எண்ணற்ற சிந்தனைப்பொறிகள், மனிதநேயத் தெறிப்புகள் அவ்வப்போது என் ஆழ்மனத்திலிருந்து மிதந்துவந்து என்னை ஆலிங்கனம் செய்யும், சுத்திகரிக்கும், மேன்மைப்படுத்தும். என்னைப் பொறுத்தவரை இது ஒரு வற்றாத சுனை.

ஜெயகாந்தன் படைப்புலகம்

அறிமுகம்

அனுபவம் பல தளங்களில் எதிர்கொள்ளத்தக்கது; எதிர் கொள்ளப்படுவது. ஓர் அனுபவம் எவ்வாறு இனங்காணப் படுகிறது, எவ்வாறு உள்வாங்கப்படுகிறது என்பது அவரவர் சூழலை மட்டும் பொறுத்ததன்று; அவரவர் sensitivity அல்லது உணர்வு நுட்பத்தைப் பொறுத்தது; அவரவர் antennaவின் கூர்மையைப் பொறுத்தது.

தன்னையும், தன் குடும்பத்தையும், நெருக்கமான சுற்றத்தையும் பாதிப்பதே தன் அனுபவம்; அவற்றிற்கு மீறியது தனக்குத் தொடர்பில்லாத அன்னிய நிகழ்வு என சராசரி மனிதன் புறக்கணித்துவிடலாம். இதற்கு அடுத்த தளத்தில் இயங்கும் ஒருவன் தன் வட்டத்தை ஓரளவு விரிவுபடுத்துகிறான். இது அறிவின்வழி நிகழலாம். அவனுடைய பணி / வாழ்வு வாய்ப்புக் காரணிகள் வாயிலாக நிகழலாம். அவனது சமூகமயமாக்கல் அல்லது நவீனமயமாதல் மூலமாக நிகழலாம். எனினும், இந்தக் காரணிகளின் தாக்கத்துக்கும் ஒரு வரம்பு உண்டு.

ஓர் உண்மையான படைப்பாளி உலகையே தன் அனுபவக்களமாக ஏற்றுக்கொள்கிறான்; பிறரது வாழ்க்கையின் சிறு சலனங்களும் எவ்வாறு அவனது நுட்பமான பார்வைக்கு இலக்காகின்றன? அவனால் தன்னை மற்றவர்களுடன் ஐக்கியப்படுத்திக்கொண்டு, அவர்கள் அனுபவத்தைத் தனதாகச் சுவீகரித்துக்கொள்ள முடிகிறது?

அறிவுத்தளம்; உணர்வுத்தளம்; இதயத்தளம்; உள்உணர்வுத் தளம்; ஆன்மீகத்தளம் என்று பல தளங்களில் இயங்குகிறது படைப்பாளியின் மனம். இக்கூறுகளின் ஒட்டுமொத்தமான தாக்கத்தின் பரிமாணங்களை எண்ணினால், அனுபவத்தின் வரையறைகள் உடைபடும். அதன் வீச்சு தன் கரங்களால் உலகையே தழுவும்; அதன் எல்லை, 'எல்லை' என்ற சொல்லையே இல்லை என நிலைநிறுத்தும்.

இந்த ரசவாதம்தான் படைப்பாளியின் அனுபவம் என்ற பிரமிப்பூட்டும் நிகழ்வு. இதைத்தான் ஜெயகாந்தன் 'கூடுவிட்டுக் கூடுபாய்தல்' என்று குறிப்பிடுகிறார். இந்தச் சித்துவேலைதான் படைப்புரகசியம். இதுவே ஜே.கே.யின் படைப்புமாண்பின் அடிநாதம் என்று நான் கருதுகிறேன்.

மனிதப் பிரச்னைகளைப் படைப்புக்கருவாக அங்கீகரிப்பதில், கையாளுவதில் அவர் ஏற்றுக்கொண்டுள்ள அணுகுமுறையை அவர் சொற்களிலேயே கேட்கலாம். இதோ ஜே.கே:

"பாலுணர்வைக் கிளர்த்துகிற கதைகளை நான் எழுதியது இல்லை. பாலுறவுப் பிரச்னைகளைப் பற்றியே நான் கதை எழுதுகிறேன்......

"வறுமையையும் ஏழ்மையையும் காட்டியபோது நான் அனுதாபப்பிச்சை கேட்டதில்லை. அங்கேயும் வாழ்வின் துடிப்பையும் அதன் மகத்துவத்தையும் நான் காட்டி யிருக்கிறேன். அந்த மகத்துவத்தைக் காட்டவே வறுமையைப் பின்னணியாக வைத்தேன்."

ஜெயகாந்தனின் படைப்புகளில் நாம் எதிர்கொள்ளும் கருத்துவெளிப்பாடுகளைப் பற்றிப் பேசும்போது, அவரது படைப்புகளைப் பற்றிய ஒரு விமரிசனத்தை / குற்றச்சாட்டை நாம் நினைவுகொள்ள வேண்டும்: 'அவரது பாத்திரங்கள் தங்கள் பாத்திர தர்மத்தை மீறிப் பேசுகின்றனர்; அவரது படைப்புகளில் ஜே.கே.யின் பிரசன்னமும், அவரது ஆளுமையும், கருத்துக்களும் தேவைக்கு மீறிய அளவில் உள்ளன; இதனால் இலக்கிய, கலைநயம் பாதிக்கப்படுகிறது.' இதுதான் இந்தக் குற்றச்சாட்டு. இந்த விஷயத்தின்பால் நாம் கவனம் செலுத்தவேண்டியது அவசியம் எனக் கருதுகிறேன்.

அடிப்படையில் ஜே.கே. ஓர் அறிவுசார்ந்த அணுகுமுறை உள்ள எழுத்தாளர், a cerebral writer. அவரிடம் நெருங்கிப் பழகுவோருக்கு ஒன்று தெள்ளெனத் தெரியும்: புதிய கோணங்கள், புதியதரிசனங்கள், புதிய சுயமான கருத்துக்கள் அவரிடமிருந்து அனாயாசமாக, இயல்பாகச் சொரிந்துகொண்டே இருக்கும். மற்றும், அவர் தனது கதைமாந்தர்களுடன் ஒன்றி இணைந்துவிடுகிறார். இந்தக் காரணிகள் எல்லாம் ஒன்றாகச் செயல்படும்போது, படைப்பாளிக்கும் கதைமாந்தர்க்கும் இடையே உள்ள இடைவெளி சுருங்குகிறது. இந்தப் படைப்பாளி - கதைமாந்தர் உறவு, ஊடாட்டம், தாக்கம்குறித்த ஜே.கே.யின் வாக்குமூலங்கள் நமக்கு வெளிச்சம் நல்குகின்றன:

> ''எனக்குக் கூடுவிட்டுக் கூடுபாயத் தெரியும். அதன்படி, நான் குழந்தை, பெண், தாய், கிழவன், கிழவி, மிருகம், பறவை, அசுரன், தேவன்.... .... கல்யாணி என் மனைவி அல்ல; என் காதலியும் அல்ல; நான்தான். அண்ணாசாமிகூட நான்தான் .இந்தக் கதையில் வருகிற எல்லாப் பாத்திரமும் நான்தான். ஏன், என் கதைகளில் வருகிற எல்லாப் பாத்திரங்களுமே நான்தான். நான் போட்டுக்கொள்கின்ற - வாழ்க்கையில் நான் சந்தித்த, பிறர்மாதிரியான - வேஷங்களே அவை.''

தனது கருத்துக்களைத் தன் வாசகர்களுடன் பகிர்ந்து கொள்ளும் உத்வேகத்தைத் தன் சுதர்மமாகவே வரித்துக் கொண்டுள்ளார் ஜே.கே. இதோ அவரே பேசுகிறார்:

> ''தனிமனிதனுக்கும் சமூகத்துக்கும் ஏற்பட்டுவிட்ட வழக்கில் ஒரு நியாயமான தீர்ப்பைச் சமூகத்திடம் எதிர்பார்ப்பதில் அர்த்தமே இல்லை. எனவே இந்தச் சமூகத்தின் அங்கத்தினராகிய ஒவ்வொருவரையும் தனித்தனியே சந்திக்க விரும்புகிறேன். தீர்ப்பை எதிர்பார்த்து அல்ல; எனது தீர்ப்பைப் பிரகடனம் செய்ய. எனது இந்தத் தீர்ப்பு சமூகத்துக்கோ தனிமனிதனுக்கோ உபதேசிக்கும் பொதுதர்மமல்ல.. சமூகமாயினும் சரி, தனிமனிதனாயினும் சரி, இது ஒரு ஞானம் என்ற அளவில் புரிந்துகொள்ள மட்டும் உரிமை உள்ள, தடுக்கவோ தலையிடவோ உரிமை இல்லாத, எனது சுதர்மம் இது.''

கூடுவிட்டுக் கூடு பாய்கிறார்; தானே கதாபாத்திரமாக, பாத்திரங்களின் சூட்சும உருவமாகிறார்; கருத்துக்கள் கொப்பளிக்கும் கலனாக இருக்கிறார்; தன் கருத்துக்களைத் தன் வாசகர்களுடன் பகிர்ந்துகொள்வதைத் தன் சமூக, இலக்கியக் கடமையாக, சுதர்மமாக வரிக்கிறார்; பெரும்பாலான வாசகர்களும் அவரது கருத்து வெளிப்பாடுகளை, அவற்றின் புதுமை காரணமாக, ஆழம் காரணமாக, செறிவுகாரணமாக ஆவலுடன் வரவேற்கின்றனர், அள்ளிப்பருகுகின்றனர். வட்டம் முடிவுபெறுகிறது.

படைப்புலகில் தன்னை, தன் இடத்தை, தன் பங்கை ஜே.கே. எவ்வாறு காண்கிறார் என்பது சுவையானது; சிந்தனைக்குரியது. இதோ ஜே.கே. சமூக அழுத்தங்களை மீறிய, சுதர்மம் சார்ந்த பதிவு இது:

> ''உன்னோடு சேர்ந்து நாமாகி, தன்னை இழந்து, பின் தலையையும் இழந்த கபந்தமாகித் தறிகெட்டு ஆட நான் சம்மதியேன்... அப்படி ஆடுகிற உங்களுக்குப் பெயர்

சமுதாயம் எனில், ஏ! ஆடி அழிக்கிற சமுதாயமே, உன்னோடு நான் இப்போது பேசுகிறேன்."

"நான் உன்னில் ஓர் அங்கம்தான். ஆனால் நான் உன்னோடு அழிகிற அங்கம் அல்ல. உன்னை அழிக்கிற அங்கம். உன்னை அழித்து இன்னொன்றை உருவாக்குகிற அங்கத்தின் அம்சம். இருக்கும் உன்னோடு எனக்கு இருக்கும் உறவைவிட இனி உருவாகப்போகும் அதற்கும் எனக்கும் நெருக்கம் அதிகம். நான் அப்போது இல்லாமற்கூடப் போகலாம். ஆனால் நான் பிரதிநிதித்துவம் கொள்கிற அந்த 'நான்' அதில் ஓர் அங்கமாக இருக்கும்.''

இத்தருணத்தில் ஜெயகாந்தன் படைப்புகளில் ஒலிக்கும் 'உரத்த குரல்' பற்றி எழுத்தாளர் ஜெயமோகனுடைய கருத்துக்கள் குறிப்பிடத்தக்கவை:

"எப்போதும் அவர் மானுடத் திரளுடன் பேசிக் கொண்டிருந்தார். அவரது புனைவுலகின் கலைக்குறைபாடாக இன்று சொல்லப்படுவதே அதன் அறைதலோசைதான். ஆனால் அந்தக் குறைபாடு அல்லது சிறப்பயல்பு மானுடத்துடன் பேசிய அத்தனைக் கலைஞர்களுக்கும் உண்டு. அந்தரங்கம் நோக்கிப் பேசிய பெரும் கலைஞர்கள் இலக்கியத்தில் உண்டு. வெளியே தன் விழிதொடும் தொலைவுவரை பெருகியிருக்கும் சமகாலப் பெருந்திரளை நோக்கிப் பேசிய பெருங்கலைஞர்களும் உண்டு. தஸ்தயெவ்ஸ்கி தன்னுடன் பேசிக்கொண்டவன். கார்க்கி மக்களுடன் பேசியவன். ஷெல்லியை, வால்ட் விட்மனை, பாப்லோ நெருதாவை அந்த ஓசையை ஏற்றுக்கொண்டுதான் நாம் மதிப்படுகிறோம்.

"தன் வாழ்வில் ஒரு பேரியக்கமாக இருந்தார் ஜெயகாந்தன். அவர் பெயர் சொல்லி சிந்தனை என்றால் என்னவென்று அறிந்த ஒரு தலைமுறை இருந்தது. அவர்களை அவர் சீண்டினார். கொந்தளிக்கச் செய்தார். ஆழ்ந்துபோக வைத்தார். பெருந்திரளாக அவர் முன் கூடி நின்ற ஒவ்வொருவரும் அவரை அந்தரங்கமாகவே அறிந்து கொண்டனர். அவருடன் தனிப்பட்ட உரையாடலையே நிகழ்த்தினர். ஒவ்வொரு காலகட்டத்திலும் ஒருவர் வந்து, அவருக்கு இந்தப் பெருக்கு அளித்த பணியைச் செய்து மீள்கிறார். பாரதிக்கு தொடங்கிவைத்த பணி. ஜெயகாந்தனுக்கு அதை மக்களுக்குக் கொண்டுசெல்லும் பணி.''

சிறுகதைகள்

இக்கதைகளில் நாம் எதிர்கொள்ளும் கூறுகள் பல்வகைப் பட்ட, பலதரப்பட்ட கதைமாந்தர்கள்; பன்முகப்பட்ட சொல்லாட்சி யின் விளையாடல்; இவை அனைத்தையும் அரவணைத்தாற்போல் இழையோடும் மனிதாய மகத்துவம். சில உதாரணங்கள்.

சுய தரிசனம்:

கிளவுபட்ட ஆளுமையால் அவதியுறும் ஓர் 'அசட்டு' பிராம்மணப் புரோகிதரின் உள்ளத்தில் ஊடுருவி, அவரது அந்தராத்மாவின் மெல்லிய சலனத்தைச் செவிமடுக்க, அதற்குக் குரல் கொடுக்க, பிராம்மண சமூகத்தில் பிறவி எடுக்காத ஒரு படைப்பாளிக்கு எத்துணை அருமையாக சாத்தியமாகி இருக்கிறது! பிராம்மணக் கிளைமொழி ஜே.கே.யிடம் கைகட்டிச் சேவகம் புரிகிறது.

போர்வை:

சிறுகதை இலக்கணத்துக்கு ஒரு முன்மாதிரி போல் விளங்கும் படைப்பு. பாலுணர்வுப் பிடியில் திணறும் ஒரு விடன், பெண்ணின் நிர்வாணத்தை மனதில் அசைபோட்டுக் கொந்தளிக்கிறான். நிர்வாணமாய் நின்று பிதற்றிக்கொண்டிருக்கும் மனநோய்வாய்ப் பட்ட ஒரு யுவதியைக் கண்டவுடன் ரசவாதம் நிகழ்கிறது. சகோதர பாசத்துடன் தன் வேட்டியை உருவி அவளைப் பரிவுடன் போர்த்திவிடுகிறான்.

தாம்பத்தியம்:

உள நெகிழ்ச்சியூட்டும் சித்திரம். நகரச் சேரி வாழ்வின் அவலத்தின் படப்பிடிப்பு. திருமணமாகியும் தனிமையில் அந்தரங்கமாகக் கூடிப் புணர்ந்து மகிழ வசதியில்லாத கொடுமை. மனிதநேய ஊற்றுக்கண்களைத் தொடும் பாங்கில் கதைச் சூழலை அடக்கமாகக் கையாள்கிறார் ஆசிரியர்.

ஒரு வீடு பூட்டிக் கிடக்கிறது:

ஒருமுறை திருடி மாட்டிக்கொண்டவனைத் திருடனாகவே பார்த்து, அவன் கட்டுண்டிருந்தபோது அவனைக் கோழைத் தனமாய்த் தாக்கவும், விடுதலையாகி அவன் திரும்பும்போது அவனைக் கண்டு அஞ்சி நடுங்கவுமே தெரிந்த கிராமத்து நபர்கள். அழுத்தமான கம்பீரமுள்ள 'திருடனி'ன் ஆளுமை. 'திருடன் மாமா'விடம் அன்புடன் ஒட்டிக்கொள்ளும் அழகுக் குழந்தை. நகைச்சுவையும் மனநெகிழ்ச்சியும் குழைந்த வார்ப்படம்.

சிலுவை:

ஒரு கத்தோலிக்க அருட்சகோதரியின் உள்ளத்தில் எழுந்து அலைபாயும் எண்ணங்கள்; குற்ற உணர்வுக்கும் உளக் கிளர்ச்சிக்கும் இடையில் நிகழும் இழுபறி. ஒரு தமையனின் பாசத்துடன் படைப்பாளியின் அணுகல், கண்ணியமாகத் தோல்வியை எதிர்கொள்வதிலேயே மனிதாய வெற்றி மிளிர்வு.

அக்கிரகாரத்துப் பூனை:

அக்கிரகாரத்தில் விஷமங்கள் புரிவதில் முடிசூடா மன்னன் அச்சிறுவன். நாய்களுக்கும், எலிகளுக்கும் - ஏன் மரவட்டை, தும்பி, ஓணான் முதலிய சகல ஜந்துக்களுக்கும் அவன் யமன். இறுதியாக ஒரு பூனையின்பால் அவன் கவனம் திரும்புகிறது. அந்தப் பூனையைக் கொல்லும் முயற்சியில் கடா மீசைக்காரக் கசாப்புக் கடை சாயிபுவுடன் சந்திப்பு; அவரின் அறிவுறுத்தல் ஊடாக விளையாட்டுக் கொலைகளின் பாவம் சிறுவனின் உள்ளத்தைப் பிழிகிறது. நகைச்சுவை குமிழியிடும் படைப்பு.

ஒரு பகல்நேரப் பாசஞ்சர் வண்டியில்:

சிறு தளிர் போன்ற அழகிய பெண்குழந்தையை மடியில் வைத்துக்கொண்டு மரணத்தின் நுழைவாயிலில் திணறிக் கொண்டிருக்கும் இளம் பிராம்மண விதவை. ராணுவ வாழ்க்கை மென்று எறிந்த 'சக்கை'யான அம்மாசிக் கிழவன். மரணத் தருணத்தில் குழந்தைப் பொறுப்பின் இடமாற்றம். விரக்தியின் விளிம்பில் அம்மாசியின் வாழ்வில் ஒரு பிடிப்பு; ஓர் அர்த்தம்; ஒரு விடிவெள்ளி. மனதைப் பிழிந்தெடுக்கும் மனிதாயப் பெட்டகம்.

இல்லாதது எது ?:

ஆராய்ச்சியை யோகமாகப் பயிலும் முதிய விஞ்ஞானி. ஆராய்ச்சிக் கூடத்தில் பரமாத்மாவின் பிரசன்னம். இருவருக்கு

மிடையே நிகழும் ரசமான சம்வாதம். தத்துவ முனைப்புள்ள தனிரகக் கதை.

நீ இன்னா ஸார் சொல்றே? :

ஓர் சிறிய, எளிய கதை. தன்மயமான உலகில் சஞ்சரிக்கும் வெகுளியான இளைஞனின் வெளிப்பாட்டின் வடிகால். 'நீ ஒரு கேரக்டர்தான்னு சொல்றாங்க', என்று சிறிதும் சினமின்றித் தன்னை இனங்கண்டுகொள்கிறான்.

நான் ஜன்னலருகே உட்கார்ந்திருக்கிறேன்:

வீட்டில் புழுக்கம்; உள்ளத்தில் புழுக்கம். தெருவைப் பார்த்த ஜன்னலே, அழுத்தும் இருண்மைக்கு நிவாரணி. இந்தத் தாயில்லாப் பெண்ணுக்கு. kaleidoscope (கலைடாஸ்கோப்) மாதிரி தெருவில் உருண்டோடும் காட்சிகளே அவளது வாழ்வின் சோபனம். காட்சிகளுடன் காலமும் உருண்டோடுகிறது. ஜன்னலிலேயே ஐக்கியமாய் 'பாட்டி' பட்டமும் கிடைத்துவிடுகிறது! படிக்கும் உள்ளத்தில் சோக வண்டல் கரிக்கிறது.

மொட்டிலேயே கருகிய ஆசையை உள்ளடக்கி ஓர் இயங்கும் இயந்திரமாகவே தேய்ந்துவிட்ட ஏழையின் சித்திரம் (**டிரெடில்**).

இளைய பணிப்பெண். எஜமான் யுவனின் அர்த்தம் பொதிந்த அழைப்பு. அன்பின் மொட்டவிழ்ப்பு. சந்திப்பை வடுப்படுத்தும் ரூபாய் நோட்டு. நுண்ணுணர்வுக்குச் சாட்டையடி. உள்மனக் காயத்துடன் விலகல்.(**திரஸ்காரம்**).

தூய்மையும் சுயமரியாதையும், விளக்கு ஒளியின் துணை கொண்டு ஓர் இளம்பெண்ணின் நிர்வாணத்தில் சங்கமம் (**இருளைத் தேடி**).

நவீனத்துவத்தின் இதய விசாலம் ஒரு முதிய பிராம்மண விதவையின் வாயிலாக வெளிப்படும் அற்புதம்(**யுக சந்தி**).

தவற்றுக்கு ஆளான குழந்தையைப் பரிவுடன் அணைத்து சுத்திகரிக்கும் தாய்மை (**அக்கினிப் பிரவேசம்**).

உள்ளத்தின் இழுப்புக்கும் குடும்பக்கட்டுக்கும் இடையே நிகழும் கண்ணாமூச்சி (**கோடுகளைத் தாண்டாத கோலங்கள்**).

ஜே.கே.யின் சிறுகதைக் களத்தில் விகசிக்கும் படைப் பாளுமையின் முக்கிய அம்சங்கள்:

கதைக் கரு, கதை மாந்தர், கதைப் புலம் இவற்றில் ஜே.கே. யிடம் நாம் காணும் வீச்சும், பரப்பும், ஆழமும் வியப்பூட்டுபவை.

பல்வகையான சமூக / தனிமனித உலகப் பிரச்னைகள்; ஒவ்வொரு பிரச்னையின் பன்முகப் பரிமாணங்கள்; கதைமாந்தருள் பலதரப்பட்ட, பல மட்டங்கள் சார்ந்த சமூகப் பிரதிநிதித்துவம்; சேரிக் களமென்ன, அக்கிரகாரச் சூழலென்ன, கிராமப் புலமென்ன, சிறுநகர் / பெருநகர் உலகென்ன, ஏழ்மைக் குடிலென்ன, மேல்மட்ட வாழ்வென்ன, உணர்வுச் சுழலென்ன, அறிவுஜீவித மேட்டிமை யென்ன, சிறுமையின் சிறையென்ன, சித்த புருஷ வெளியென்ன இவை அனைத்தையும் தழுவிய பிரமிப்பூட்டும் நிறப்பிரிகை.

'**பிணக்கு**' என்ற கதை. வாழ்வின் அஸ்தமன காலத்தில் வயோதிகக் கணவன் தன் அன்புமனைவியிடம் தன் இளமைக்கால 'மன்மத லீலை' அனுபவத்தைப் பகிர்ந்துகொள்கிறார். விழுகிறது ஒரு சம்மட்டி அடி. மூதாட்டியின் இதயத்தில். பல பத்தாண்டு சோபனங்கள் ஒரு நொடியில் கருகிப்போகின்றன. அவள் இறுகிப் போகிறாள். அதன் பிறகு வெறுப்பும் வறட்சியுமே சிதை வரை அவளின் துணைகள். 23 வயது இளைஞனான ஜே.கே.யால் 'கூடு விட்டுக் கூடுபாயும்' சக்தியின் துணை இன்றி எவ்வாறு இக்கதையைப் படைத்திருக்க முடியும்? சிந்திக்கவேண்டிய விஷயம் இது.

கூடுவிட்டுக் கூடுபாயும் ஆற்றலின் வேறொரு பரிமாணம், அவரது உயிர்த் துடிப்புள்ள சொல்லாட்சி. தமிழின் பல்வேறு கிளைமொழிகள், பரிபாஷைகள் பிராம்மணக் கிளை மொழி, சென்னைச் சேரிக் கிளை மொழி என்று பல கிளைமொழிகள் அவருக்கு இயல்பாகக் வாய்க்கின்றன.

லவ் பண்ணுங்கோ ஸார் என்ற சிறுகதையிலிருந்து ஒரு பகுதி:

> ''உங்களுக்கு ஒண்ணு சொல்றேன். அந்தப் பெத்த வாளையும் அவாளுக்கு உங்கமேலே இருக்கிற 'லவ்'வையும் மனசிலே வச்சுண்டு நீங்க நன்னா 'லவ்' பண்ணுங்கோ ஸார்.. அவா மனசை நொறுக்கிட்டு, யாரையாவது இழுத்துண்டு எங்கேயாவது ஓடினா, இந்த ஜென்மத்திலே விமோசனம் இல்லை. ஆமா ஸார்..ம்.ம்.. ஆமா. பொறந்ததிலேயிருந்து - இன்னிக்கு ஒரு வயசுப்பெண் பாத்து மயங்குற மாதிரி - உங்களை வளர்த்த ரத்தத்துக்கும், பாலுக்கும் துரோகம் பண்ணிட்டு, சுமந்து பெத்த வயித்தை எரிய வைச்சுட்டு, நேத்திக்குத் தெருவிலே பாத்த ஒருத்திதான் ஒசத்தின்னு ஓடிப்போற 'லவ்' என்ன நாசமாப் போன 'லவ்'! சொல்லுங்கோ.''

அடுத்து **ரிக்ஷாக்காரன் பாஷை** என்ற கதையிலிருந்து ஒரு பகுதி:

> ''யோவ், இன்னாய்யா சோமாறித்தனம் பண்றீங்க? எவன் ஆத்தா சம்பாரிச்ச துட்டு!.... சும்மா கேக்கலேய்யா, ஒயச்ச துட்டு நைனா, ஒயச்ச துட்டு! ஐஸா பேமானியாகிறீங்களே? இந்த ஜோக்கெல்லாம் நம்ம கையிலே காட்டாதே, நைனா! என்று உரக்கச் சத்தமிட்டவாறு குத்துவரிசை பழகுபவன் போல்-முன் மயிர் நெற்றியில் சரிய, சண்டைக்குத் தயாராகும் ஆட்டுக்கிடா மாதிரித் தலையை நட்டுக்கொண்டு கைகளை மடக்கிச் சுற்றியவண்ணம் முன்னும்பின்னும் 'ஊடுகட்டி' நகர்ந்து குரல் கொடுத்தான் கிஷ்டன் என்ற கிருஷ்ணன்.''

நாம் நினைவுகொள்ள வேண்டியது இதுதான் - ஜே.கே. குலத்தால் பிராம்மணருமில்லை, புலத்தால் சேரியில் வாழ்ந்தவருமில்லை.

குறுநாவல்கள்

ஜே.கே.யின் குறுநாவல்கள் பற்றி எண்ணும்போது, குறுநாவல் என்ற இலக்கிய வடிவம் குறித்த ஒரு கருத்து.சிறுகதை, நாவல் வடிவங்களுடன் தொடர்புடையது குறுநாவல். சிறுகதை: குறுகத்தரித்த உருவம்; ஓரிரு முக்கிய கதைமாந்தருக்குமேல் களம் புகுந்தால் traffic jam, மூச்சுத்திணறல்; சவுக்குச் சொடுக்கு போல் ஓரிரு தூரிகை வீச்சில் கதைமாந்தர் ஆளுமையின் கருவைக் கோடிட்டுக் காட்டவேண்டிய நிர்ப்பந்தம்; சொற்செட்டு; சொல் இறுக, இறுக, முறுக்கு ஏற ஏற, ஒரு செறிவும், கவித்துவமும் இயல்பாக மொட்டவிழ்ப்பு; இறுதியில் ஒரு 'சுரீர்' - ஓர் ஊசிமுனை முடிவு. இந்த வரம்புக்குள் வட்டாடும் விளையாட்டு சிறுகதை.

நாவல்: பக்க வரம்பு இல்லை; பல மாந்தர்கள் ஊடாட்டத் துக்கு வழிசெய்யும் விரிந்த களன்; பிரதான பாத்திரங்களின் ஆளுமையின் பரிமாணங்களை விண்டுரைக்க வாய்ப்பு; புதிய உத்திகளைக் கையாளும் முயற்சிகளுக்கு வளமான தளம்; சொற் சிக்கன நெருக்கடி இல்லாத, விசாலமான வெளிப்பாட்டுக்கு உதவி தரும் சூழல்; கண்கள் அழகை மேயலாம்; செவிகள் நீரோடையின் சலசலப்பை, பட்சிகளின் இசைக் கோலங்களை அனுபவிக்கலாம்; பூக்களின் நறுமணத்தை நாசிகள் நுகரலாம். ஆனால் தேவையற்ற சஞ்சாரங்களில் நாவல் வழிதவறிப் போய்விட்டால் கட்டுக் கோப்பை இழந்துவிடும்; நீர்த்துப்போய்விடும்.

சிறுகதை, நாவல் என்ற இரு உருவங்களின் நல்ல கூறுகளை உள்வாங்கி சுதந்திரத்துக்கு ஒரு வசதியான வரம்புகட்டிக் கட்டமைக்கப்பட்ட படைப்புப் பரப்பில், சுவையான படைப்பு முயற்சிகளைச் செவ்வனே மேற்கொள்ள இடமளிக்கிறது குறுநாவல் வடிவம். கதைமாந்தர் ஆளுமையின் சாரத்தை வடிக்கச் சிறிது அதிகமான வாய்ப்பு; உணர்வுமுடிச்சுகளையும், சிராய்ப்புகளையும், குறிப்பட்ட சூழலின் இறுக்கத்தையும் நெகிழ்வையும் துல்லியமாகப் படம் படிக்கக் கொஞ்சம் அதிகப் பரப்பு. இக்காரணிகளின் ஒன்றுசேர்ந்த மொத்த கூடுதல் தாக்கம் (incremental impact) கணிசமானது. இந்த வாய்ப்புகளை நன்கு ஜீரணித்துப்

பொருளார்ந்து பயனீட்ட இந்தப் புதிய வடிவம் சார்ந்த நல்ல பிரக்ஞையும், அதன் சாத்தியக்கூறுகளைப் பற்றிய நல்ல தெளிவும் புரிதலும் தேவை. நவீனத் தமிழ்ப் படைப்புலகில் இந்த வடிவத்தை ஜெயகாந்தன் சிறப்பாக, வெற்றிகரமாக, செயல்திறனுடன் கையாண்டுள்ளார்.

அடுத்து, ஜெயகாந்தனின் குறுநாவல் படைப்புகளின் வீச்சையும், நிறப்பரிகை போன்ற பாத்திர ஆளுமை விகசிப்பு களையும் கோடிட்டுக் காட்டும் பாங்கில் சில மேற்கோள்கள்:

'சமூகம் என்பது நாலுபேர்':

நான் கணுக்கணுவாக ரசித்த படைப்பு. 'படிப்பு என்பதே வயிற்றுச் சோற்றுக்கு வழி இல்லாதவர்கள் மாதச் சம்பளத்துக்கு வழிதேடிக்கொள்ளும் பயிற்சி என்று எனது தற்குறிப் பரம்பரை கடைப்பிடித்துவந்த ஒரு நடைமுறைச் சித்தாந்தம் உடைந்து நொறுங்கக் கல்வியின் விசுவரூபத்தை நான் வைத்தாவிடம் தரிசித்தேன்' - என்ற முத்துவேலரின் சொற்கள் அவரது அறிவுஜீவிதப் பயணத்தின் பிள்ளையார் சுழி. ஆயிரம் மாயத்திரைகள் கிழிபடு கின்றன; அகக்கண் திறக்கிறது; அறிவுப் புனலின் பிரவாகம் அவரை ஆட்கொள்கிறது. அவரது பயணத்தில் இன்னொரு உன்னத நிகழ்வு சுகுணா. கட்டு என்றால் வெட்டு எனச் சீறும் சுதந்திரப் பறவை. இருவருக்கும் இடையே ஈர்ப்பு; பிணைப்பு; வெறியே போன்ற சங்கமம். அந்த உறவுக்கு மேல் நிரந்தரத்தன்மையின் நிழல் கவிகிறதோ என்ற ஐயத்தில், அச்சத்தில் அந்த சுதந்திரப் புள் வானேகுகிறது. இது விட்டுக்கொடுக்க முடியாத சுதந்திர வேட்கை யின் தவிர்க்க இயலாத வெளிப்பாடா, அல்லது சுதந்திரத்தின் பொறுப்புச்சுமையைத் தாங்கும் திராணியற்ற, சுயநம்பிக்கையற்ற ஒரு ஜீவனின் தந்திரமான தப்பி ஓடுதலா? சுவையான கேள்வி; மனதை ஆழமாகத் தீண்டும் படைப்பு.

சினிமாவுக்குப் போன சித்தாளு:

மக்கள் உணர்வுகளை வஞ்சகமாகத் திருடும் கொச்சையான ஊடகமாகத் தலைவிரித்தாடும் தமிழ் சினிமா தமிழ்ச் சமூகக் களனின் யதார்த்தம். அதிலும் ஒரு குறிப்பட்ட கதாநாயகர் - 'நம்ப வாத்தியார்' - தமிழ்ப் பெண்டிரின் தனிப்பட்ட, பொதுமையான பால் உணர்வுக்கிளர்ச்சிக்கு (individual and collective libidoவுக்கு,) விடாய் தீர்க்கும் குவிப்பு மையமாக விளங்குகிறார். இந்த அவலத்தைத் தோலுரித்து, பரிவுடனும் அதே நேரத்தில் ஒரு ரண சிகிச்சை செய்யும் மருத்துவரின் துல்லியத்துடனும், கூர்மையுடனும்

பதிவுசெய்கிறார் ஜே.கே. அரிதாரம் பூசாத, உயிர்த்துடிப்புள்ள வேர்மட்டச் சென்னை சேரித்தமிழில் நூல் முழுதும் அறச்சினமும், பரிவும், அங்கதச் சுவையும் நுரைத்துப் பொங்கும் ஆழ்ந்த சமூக விமரிசனப் படைப்பு.

பிரம்மோபதேசம்:

பிராமண தர்மத்தில் வழுவாதுநின்று அதன் அடிப்படை அறத்தை அழியாதுகாக்க விரதம் பூண்டுள்ள சங்கர சர்மா ஒரு பிராம்மண சிரேஷ்டர்; ஒரு மகத்தான புரட்சிக்காரர். அவரது கம்யூனிஸ்ட் சகா சேஷாத்திரி அவரது ஆன்மத் தூய்மையை மதிக்கிறான். அதே நேரத்தில் அவருடன் இயைந்து செயல்படவும் அவனால் இயலவில்லை. தளராத உறுதியுள்ள சர்மா, தன் ஆன்மிகப் பதாகையைத் தாங்கிடும் தன் தோன்றலாக ஓதுவார் குல இளைஞனைத் தன் மகனாக சுவீகரித்துக்கொண்டு, எரியோம்பி, பிரம்மோபதேசம் செய்வித்து ஒரு ரசவாதம் நிகழ்த்துகிறார். 'வேதம் புதுமை செய்ய'த் துடிக்கும் ஒரு புரட்சியாளனின் எதிர்நீச்சல் முயற்சியின் சாசனம்.

கோகிலா என்ன செய்துவிட்டாள்?:

நம் மத்தியில் வாழ்கின்ற மத்தியதரப் படிப்பாளி வர்க்கத் தாம்பத்திய வாழ்க்கையின் உரசல்களும் சிராய்ப்புகளும் களத்தை நிரப்புகின்றன. ஜே.கே. முன்னுரையில் கூறுகிறார்:

> ''சமூகம் என்கிற வெளியில் மிக உயர்வானதும் நவீனமானதுமான கருத்துக்களை விநியோகிக்கிற (இதழியலாளன்) அனந்தராமன், சொந்த வாழ்வில் மனைவி என்பவள் சுயேச்சையான, சுதந்திரமான ஒரு மனுஷத் துணை என்ற நவீன நாகரிகத்தை அகவாழ்வில் கடைப்பிடிக்க முடியாத பல வீனத்தால் அல்லலுறுகிறான். ''நாலு பேர் என்ன சொல்வார்களோ என்பதற்கு அஞ்சியும், அந்த நாலுபேரின் முன்னே தன்னைக் கௌரவப்படுத்திக்கொள்ளப் பதைப்பும் கொண்டிருக்கிற அளவுக்கு தனக்குள்ளே கௌரவம் தேடிக்கொள்ள அவன் தவறிப்போகிறான்.''

இந்தப் பின்புலத்தின், இருபாலரும் பணிக்களம் புகும் இன்றைய யதார்த்த குடும்பச் சூழலின் ஆழமான, அழுத்தமான சித்திரப் பதிவு இது. இன்று பெண்ணிய விவாதத்தில் இடம்பெறும் பிரச்னைக்கு 50 ஆண்டுகளுக்கு முன் குரல் கொடுத்த மனித நேயப் படைப்பு.

விழுதுகள்:

ஜெயகாந்தனின் தலையாய படைப்புகளில் ஒன்றாகப் பரவலாகப் பேசப்படும் குறுநாவல். ஓங்கூர் சாமியாரின் மடத்தில் ஒருவனாய் வீற்றிருந்து சிரித்துச் சிரித்துப் பொழுதைக் கழிப்பதில் காவியம் படிப்பது போன்ற சுகானுபவத்தைத் தான் பெற்றதை மனநிறைவுடன் நினைவுகூர்வார் ஜே.கே. ஞானபோதக அகந்தையின்மை; ஓர் இனிய மழலை; அவரிடம் குடிகொண்டிருந்த குழந்தைமை; அவரிடம் ததும்பி வழியும் துறவியின் அழகு; 'கடந்த ஞானியரும் கடப்பரோ மக்கள் மேல் காதல்' என்ற விதமாய் அவருள்ளும், வெளியும் வியாபகம் கொண்டுள்ள மனிதாபிமானம்; மகுடிகேட்ட நாகம்போல் அவரது மௌனத்திலும், சிரிப்பலும், மோனத்திலும் கட்டுண்டு கிறங்கிநிற்கும் சீடர்குழாம்; அவர்களைப் பொற்சரடுபோல் இனிதே பிணைக்கும் குடும்பப்பாசம்; பாசத்தை ஆவலுடன் பங்கிட்டுக்கொள்ளும் நெகிழ்வூட்டும் பாங்கு - இவற்றின் கலவையின் அரவணைப்பு நம்மை எங்கெங்கோ இட்டுச் செல்கிறது: உள்மன ஆழத்தில் ஒரு நேரம்; கால்பாவாத மோனவெளிப் பரப்பில் ஒரு கணம். இந்த சுகானுபவத்தை அனைவரும் துய்க்கலாம், இந்தப் படைப்பு வாயிலாக.

இன்னும் பல குறுநாவல்கள் - **இலக்கணம் மீறிய கவிதை, பிரளயம், ரிஷிமூலம்** போன்ற பல படைப்புகள்.

அடுத்து, குறுநாவல்களில் பதிவாகியுள்ள உயிர்த்துடிப்புள்ள பாத்திர ஆளுமை வெளிப்பாடுகள்; கவித்துவ மணம் கமழும் பதிவுகள்; கருத்துச் செறிவுள்ள கங்குகள். இவற்றின் ஒரு சாளரத் தோற்றம்.

மின்னல்வீச்சுப் போல் செல்லமுத்துவுக்கு மனைவி கம்சிலையைப் பற்றிய வெளிச்சம்; புரிதல். அதனால் விளையும் சுயக் கழிவிரக்கம்; சோகப் பூச்சுள்ள சினம். **சினிமாவுக்குப் போன சித்தாளு** குறுநாவலின் ஒரு சிறு பகுதி:

''ஆமா! இப்பத்தான் அவனுக்கு ஒண்ணொண்ணா நெனப்புக்கு வருது.

'அவ வூட்டிலே இருக்கிறப்பல்லாம் இதுக்கு நேராதான் குந்திக்கிவா.அத்தெப் பாத்துக்கினு அவுரப்பத்திதான் எதினாச்சும் பேசிக்கினே இருப்பா. நா இருக்கினே, ஒரு சரியான கோயான்! அவ மனசிலே இருக்கிற நெனப்பு புரியாம அவரெப்பத்தியே பேசிக்கினு இருப்பேனா?... பேசப்பேச சும்மா அவளுக்கு 'இது' கௌம்பிக்கும் போல இருக்குது. கண்ணெக்கண்ணெ

சொருவிக்கினு மழுங்கிக் கேட்டுக்கினு இருப்பா ம். இப்ப இல்லே புரியுது! ஒரு தடவை கூட அவ என்னை நெனச்சுக்கினு எங்கிட்டே படுத்தது இல்லே. வாத்தியார்தான்.' இன்னா வாத்தியாரே, படத்திலே பூரா ஹீரோவா இருந்துக்கினு நம்ம விசயத்திலே வில்லனா பூட்டியே.!''

கணவன் - மனைவி உறவில் பரவலாக நிகழும் அத்துமீறலின் ஒரு பரிமாணத்தை ஆசிரியர் கூற்றாக எதிர்கொள்கிறோம்: ***(கோகிலா என்ன செய்துவிட்டாள்?)***

''அவள் அவனுக்குத்தான் சொந்தம் என்று ஒப்பந்தம் ஏற்பட்ட அந்த முதல்நாளே அவன் தனது எல்லைகளை மீறினான். அவள் தன் மனத்திரையில் அவனைப் பற்றி வரைந்திருந்த மகத்தான சித்திரங்களை ஈரம் உலருமுன் - அவனது இங்கிதமற்ற ஒரு ஒற்றைக் கேள்வியின் மூலம், அந்தக் கனவுகளைக் குழப்பி, அந்தச் சித்திரங்களை - அலங்கோலப் படுத்தி வெறும் கறையாக்கிவிட்டான்.''

சேரித் தமிழிலிருந்து பிராம்மணத் தமிழுக்கு ஒரு தாவல். சர்மா - சேஷாத்திரி சம்வாதத்தின் ஒரு பகுதி:

''பழசுக்கு அடிப்படை ஆஸ்திகம்ங்கறது மாதிரி இந்தப் புதுசுக்கு நாஸ்திகம் அடிப்படை இல்லையா?.... ஒண்ணு மட்டும் சொல்றேன். நீ என்னதான் பழசு பழசுன்னு பேசினாலும், என்னோடு ஆஸ்திகம் எவ்வளவு பழசோ அவ்வளவு பழசு உன்னோட நாஸ்திகமும்.ஆனா வாழறதுக்கு மனுஷ ஜாதிக்கு, பெரிசா இப்பப் பேசறாளே கலாசாரம், கலை, அது இதுன்னு, இதையெல்லாம் வளர்த்தது எங்க ஆஸ்திகம்தான்.அப்பவும் யாரோ சில தனி மனுஷ்ய அறிவாளிகள்தான் நாஸ்திகம் பேசிண்டிருந்தா; ஜனங்கள் எப்பவுமே ஒத்துக்கலை. அதனாலேதான் சமூகம் வளர்ந்தது. ஜனங்களே நாஸ்திகத்தை ஒத்துண்டான்னா லோகமே குட்டிச்சுவர் தான். அதனாலே இந்த நாஸ்திகத்தை எதிர்த்து லோகத்தைக் காப்பாத்தணும்.' என்று சர்மா குரலை உயர்த்திப் பிரகடனப்படுத்திக் கொண்டிருக்கும் போது உள்ளேயிருந்து குண்டு ராயர் வந்தார்.

'ஸ்வாமிகளே. இன்னுமா உங்க தர்க்கம் முடியலே?' என்றார்.

'என்னைக்குமே முடியற தர்க்கமில்லே ஐயா இது' என்று உள்ளே எழுந்து போனார் சர்மா.''

ஆண் - பெண் புணர்ச்சியின் கொதிநிலை அதிர்வுகளின் பதிவுகளை ஆங்காங்கே இலக்கியப் படைப்புகளில் எதிர் கொள்கிறோம். இதோ ஒரு கவிதைத் துடிப்புள்ள பதிவு (**சமூகம் என்பது நாலு பேர்**):

''சிந்தனைகளையும் அறிவாற்றல்களையும் ஒருபக்கம் ஒதுக்கி வைத்துவிட்டு வெறும் மனிதர்களாய், ஆணும் பெண்ணுமாய், வெளிப்பூச்சுகளை உதறி, வெட்கங்களையும் மரியாதைப் பண்புகளையும் ஆடைகளைக் களைந்துவைப்பது மாதிரி, ராட்சஸர்கள் மாதிரி, தேவர்கள்மாதிரி, தேர்களிலும் கோவில் கோபுரங்களிலும் சித்தரிக்கின்ற சிருங்காரத் தேவர்கள் மாதிரி - உடலாலும், மனத்தாலும், சுதந்திரமான நிர்வாணி களாகிவிடுவதில் இப்படி ஒரு ஆன்ம விடுதலையா?

''ஒரு தடாகத்தில் விழுந்து நீந்துவதுமாதிரி, ஓர் அருவியில் நின்று குளிரக்குளிரக் குளிப்பதுமாதிரி, உரம் தேயத்தேய ஒரு மரத்தில் ஏறுவதுமாதிரி, ஒருவரையொருவர் உந்திக்கொண்டு ஒரு பாறையைப் புரட்டுவதுமாதிரி, தலைகால் மாறித் தறிகெட்டுப் புரண்டு உருள்வதுமாதிரி, நாணேற்றிய வில் வளைய,வளைய நிமிரும் அம்பு மாதிரி உடலை வைத்துக்கொண்டு பின்னிப் பிணைந்து திணறித் தவிப்பதில் இப்படிஒரு வாழ்வின் அர்த்தமா?..... மனுஷ உறவில், மனுஷ உப்பில், மனுஷ நாற்றத்தில் இப்படி ஒரு சுவையா?''

ஆடும் நாற்காலிகள் ஆடுகின்றன.

இக்குறுநாவலின் பிரதான பெண் பாத்திரத்தை, அவளது தாயினுடைய ஆதிக்கத்தின் வாயிலாக உளநோய்ச்சூழல் கப்பியிருக்கும் வீட்டின் புழுக்கமும், நெடியும் பெரிதும் பாதித்திருந்தன. ஒரு குறுகிய கால நட்பின் அடிப்படையிலேயே, அவள் வீட்டை ஒருசில முறைகளே பார்க்கும், கவனிக்கும் வாய்ப்பின் வாயிலாகவே அவளது வீட்டை ஆக்கிரமித்துக் கொண்டிருந்த நோயின், மனோவிகாரத்தின் ஆணிவேரையே இனங்கண்டுகொண்டுவிட்டார் ஜே.கே. நோயின் கூறுகளையும், பல பரிமாணங்களையும் இழைஇழையாகப் பிரித்துணர்ந்து ஒரு மனவியல் ஆய்வு வார்ப்படத்தை இலக்கியமாகப் பதிவு செய்துள்ளார்.

நாவல்கள்

உலகத் தரம் பெற்ற ருசிய, ஆங்கில, பிரெஞ்சு நாவல் படைப்புகளைத் துய்த்துப் பெற்ற இன்பமும் மனநிறைவும், தானும் தமிழ் நாவல் துறையில் பங்களிக்கவேண்டும், சாதனை புரிய வேண்டும் என்ற பேராவலை ஜே.கே.யின் உள்ளத்தில் விதைத்தது. விளைவு 1957ஆம் ஆண்டு அவரது 23ஆம் வயதில் **வாழ்க்கை அழைக்கிறது** என்ற நாவல் பிரவேசம். அவருக்கு திருப்தி அளிக்காத முயற்சி. இதோ ஜே.கே: நாவல் என்ற பேரில் அரைவேக்காட்டில் ஒன்றை அவித்துப்போட்டுத் தோற்றுப் போனேன் என்ற நினைப்போடு ஒதுங்கிக்கிடந்தவன். தமிழில் வரும் அரைவேக்காட்டு நாவலை எழுதிச் சலிப்புற்றபின்னும்கூட நாவலின் மீது எனக்கிருக்கும் பிரேமை குறையவில்லை, என்கிறார்.

அடுத்த ஏழாண்டு காலம் மண்வளம் சேர்க்கும் இடைவெளி - நாவல் களத்தைப் பொறுத்தவரையில்.1964இல் **உன்னைப் போல் ஒருவன்**. அடுத்த 20 ஆண்டுகளில் செழிப்பான அறுவடை. 13 நாவல் படைப்புகள்.

இந்த நாவல் படைப்புகளில் நம்மை வியப்புக்கு உள்ளாக்குவது அவற்றின் வீச்சு; பரப்பு; பாத்திரப் படைப்புகளின் பன்முகத்தன்மை; பலதரப்பட்ட, பலவகைப்பட்ட மனித வாழ்க்கைக் களன்களின், பிரச்னைகளின் படப்பிடிப்பு.

அவரது நாவல் படைப்புகளின் வீச்சை இனங்காணும் பாங்கில் சில மேற்கோள்கள்.

உன்னைப்போல் ஒருவன்:

30 வயது இளைஞனான ஜே.கே.யின் அருமையான படைப்பு. சேரிப் பன்புலம். ஏழ்மையின் படிப்பில் தாயும் தனயனும், முகமறியாத, பொறுப்பற்ற உறவின் எச்சம் என்ற கழிவிரக்கம் மகனுக்கு. தாய் தங்கம். ஏழ்மை, சூழல், தன் உடல் - மன நிர்ப்பந்தங்களின் அழுத்தங்களின் கைப்பாவை. சமூக அங்கீகாரமற்ற இரு ஆடவ உறவுகள். அவள் கண்டவனுக்கு முந்தானை விரிக்கும் வேசியல்ல. இந்த உறவுகளில் அவளுக்கு நிறைவும் உண்டு;

குற்றவுணர்வும் உண்டு. இதைக் கண்டு வெகுண்டெழும் மகன் சிட்டியின் சினத்தைக் கண்டு, அதில் பொதிந்துள்ள அறச்சார்பில் அவள் பெருமிதம் கொள்கிறாள்.

"உன் ரோசம், கோவம் எல்லாத்தியும் உட்டுடாதே! நம்ப மாதிரி மனசாளுக்கே அதாண்டா சொத்து, காபந்து எல்லாம்! நீ கொயந்தெயப் பாக்கலே. தோ, உன் தங்கச்சி.. மாசில்லாத மண்ணு. எம்மேலே இருக்கற கோவத்திலே, எனக்கு நேர்மாறாக நீ நெனக்கிற மாதிரி, உன் இஸ்டத்துக்கு வளத்து ஆளாக்குடா மகனே. இது என் தங்கச்சினு சொல்லிப் பெருமைப்பட்டுக்கற மாதிரி நீ வளத்தாத்தான் எம்மேலே நீ காட்டின கோவத்துக் கெல்லாம் அர்த்தம் இருக்கும்.."

குப்பையிலே மலர் கொஞ்சும் குருக்கத்திக் கொடியாய் நம்மைத் தழுவும் சொற்கள்.

ஜே.கே.யின் வார்த்தைகள், இந்நாவலில் அவர் நம்முடன் பகிர்ந்துகொள்ளும் தரிசனத்துக்கு முற்றும் பொருந்தும்.

"கோரைப்பாயின் மீதும் ஆலவாய்ச் சன்னதியில் அம்மையின் மூக்குப் பொட்டிலும்.. இந்தியாவின் ஆன்மா சுடர்விடுகிறது; சேரியிலும் கோயிலின் புனிதம் வாழ்கிறது.."

பாரிஸுக்குப் போ:

இரு கலாச்சார அணுகுமுறைகளிடையே, தொன்மை மதிப்பீடுகளுக்கும் நவீன உத்வேகத்துக்குமிடையே, அவரவர் காலத்தில், அவரவர் தளத்தில் புரட்சிநாயகர்களான தந்தை - மகனிடையே வெடித்தெழும் மோதல். இரண்டு அறிவுஜீவிகளுக்கிடையே இயல்பாக மலர்ந்து, பிறகு, காட்டாற்று வெள்ளம்போல் நுரைத்துப் பொங்கும் 'பொருந்தா'க் காதல் உறவு.அன்பும், பரிவும் தீபமாய்ச் சுடர்விடும் அவளது திருமண உறவு சிதையாதபடி, காதலர்களின் சோகமான, ஆனால் ஆரோக்கியமான விலகல்.

'சில நேரங்களில் சில மனிதர்கள்', 'கங்கை எங்கே போகிறாள்':

இவை இரண்டும் இரட்டைப் பிறப்பு. சிலை போன்ற சிற்றுருவத் தோற்றமுள்ள 'அவள்', குழந்தைத்தனமாக ஒரு விபத்துக்கு - ஒரு பொறுப்பற்ற **playboy** இளைஞனுடனான பால் உறவுக்கு - ஆட்படுகிறாள்.அதன் நிழல் அவளை வாழ்நாள் முழுவதும் தொடர்கிறது. வாழ்வில் எதிர்நீச்சல் போடுகிறாள்;

வளர்கிறாள்; பக்குவப்படுகிறாள். அந்த ஆடவனுடனேயே, ஒரு platonic உறவுடன் வாழ்ந்து கங்கையில் சங்கமிக்கிறாள். நம்மை ஆழமாகத் தொடும் நாவலின் இறுதி வாசகங்கள்:

''எனது இறந்தகால, நிகழ்கால, எதிர்காலக் கதைகளின் ஒரு பிரதிநிதியான இந்த கங்கா சம்பூர்ணமாகிறாள் ஆனால் கங்கை எங்கே போய்விடுகிறாள்! காலத்தின் அலைகளால் எற்றுண்ட, மோதி மூழ்கிய, எதிர்நீச்சல் போட்டு ஓய்ந்துபோன, இறுதியில் இனிய மோனத்தில் சாந்தியடைந்த ஓர் ஆத்மாவின் கதை...''

ஒரு நடிகை நாடகம் பார்க்கிறாள்:

ஒருவரை ஒருவர் ஆழ்ந்து நேசிக்கும் கணவன் - மனைவியின் உறவில் ஒரு விரிசல். அறிவாளிக் கணவன், பக்குவமும், சுயபாதுகாப்பும் ஓரளவு குறைபடும் பாத்திரம்.கணத்துக்குக் கணம் தன்பால் மனைவியின் காதலுக்குச் சான்றுகளைத் தேடி உள்ளுக்குள் குமைகிறான். இது அன்புசார்ந்த சினமாய், பிறகு குரோதமாய் பெரும் இடைவெளியாய்த் தேவையின்றி வளர்கிறது. ஆத்மார்த்த மான அன்பை ஆரவாரமான வெளிப்பாடும், அரிதாரப் பூச்சும் கொச்சைப்படுத்தும்; அதன் அடித்தளம் பரஸ்பர நம்பிக்கையும், ஆரோக்கியமாக ஒருவரை ஒருவர் புரிந்துகொள்ளும் சால்பும்தான் என்ற முதிர்ச்சி உடையவள் மனைவி கல்யாணி.

ஜே. கே. அவருடைய முன்னுரையில் இவ்வாறு கூறுகிறார்:

''இந்தக் கதை சம்பந்தப்பட்ட இரண்டு தனி மனிதர்களான கணவன் -மனைவியரிடையே மிக உயர்வான தரத்திலேற்பட்ட ஆக்கிரமிப்பனை நான் விரும்புகின்ற ஒரு மனைவி எப்படிச் சந்திப்பாள் என்கிற லட்சியமாகிய கற்பனையே கல்யாணி.''

ஜய ஜய சங்கர:

நவீன இந்தியாவின் மூன்று முக்கியமான ஓட்டங்களின் உறவு, உரசல், கலப்பு, சங்கமம். ஒன்று, மறைந்த காஞ்சிப் பெரியவரின் ஆளுமையின் நிழல்; அது பிரதிநிதித்துவப்படுத்தும் ஆன்மிகப் பாரம்பரியம். இரண்டு, காந்தியத்தின் மதிப்பீடுகளையும், நடைமுறை நெறிகளையும் சமரசம் இல்லாமல் சுவீகரித்து, வழுவாது வாழ்க்கை நடத்தும் ஆதி என்ற ஹரிஜனப் பெருமகன், அவர் சார்ந்துள்ள காந்திய வாழ்க்கைநெறி. மூன்றாவதாக, சுதந்திர இந்தியாவில் தாங்கள் எதிர்கொள்ளும் சுயநலம், சுரண்டல், நாணயமின்மை, அரசு பலாத்காரம் இவற்றால் வெகுண்டெழுந்து,

வன்முறை மார்க்கத்தால் புரட்சிகரமான மாற்றத்துக்கு வழிவகுக்க முயலும் ஓர் இளைஞர் குழாம். இந்த மூன்று செல்நெறிகளையும் பரிவுடன் அணுகி, அவற்றிற்குள் பொருளார்ந்த உறவு வாய்ப்பை இனங்காட்டும் படைப்புக் களன்.நவீன இந்திய வரலாற்றின், ஒரு விள்ளல். ஓரளவு லட்சிய முலாம் பூசப்பட்ட வார்ப்புகள். இனந்தெரியாத நெகிழ்வையும் மனநிறைவையும் நம்முள் கமழச் செய்யும் படைப்பு.

அடுத்து ஜே.கே.யின் நாவல் உலகின் சிகரமாக ஒளிரும் ஒரு **மனிதன், ஒரு வீடு, ஒரு உலகம்**. இந்தப் படைப்பின் பிரதான பாத்திரமான ஹென்றி இயல்பாகவே திரண்ட நற்பண்புகளின் பெட்டகம். ஒரு சித்த புருஷன். இனிமையும், நட்புணர்வும், பரிவும், பகிர்தலும் அவனுடன் பிறந்த பண்புகள். அமைதியாக இந்நற்பண்புகள் அவனைச் சுற்றி உள்ளோரை அரவணைக்கின்றன; சுத்திகரிக்கின்றன.அவர்களை அறியாமலே அவனுடன் ஒத்திசைந்து திகழ்கின்றனர்; அவன் ஓர் ஒரு-நபர் ரசவாத சக்தியாகச் செயல் படுகிறான்.அவனுடன் நாம் இப்படைப்பில் நடைபழகுதல் ஓர் ஆன்மிக அனுபவம்.

அடுத்து, மேற்கோளாக ஒருசில பாத்திரங்களின் ஆளுமைக் கூறுகளை நோக்கலாம் என நினைக்கிறேன்.

பாத்திரப் படைப்பைத் தான் எவ்வாறு அணுகுகிறார் என்பதை ஜே.கே. கோடிட்டுக் காண்பிக்கிறார் இச்சொற்களில்:

> ''பாத்திரப் படைப்பு என்பது ஒரு பெயர் சூட்டி விடுவதோ, அங்கவர்ணனை நடத்திவிடுவதோ அல்ல. மனம், அறிவு, சிந்தனை, குண இயல்பு, சூழ்நிலைகளின் போது வெளிப்படும் உணர்ச்சிகள் இவற்றையெல்லாம் கூர்ந்து, அறிந்து, அனுபவமாக வெளிப்படுவதைத் தீட்டுவதாகும்.''

இந்தப் பின்னணியில் சில பாத்திரங்கள்:

ஒரு நடிகை நாடகம் பார்க்கிறாள்:

ஆண்/பெண், கணவன்/மனைவி உறவின் நுண்ணிய கூறுகளையும் அன்பின் ஆக்கிரமிப்புப் பரிமாணங்களையும், யதார்த்த வாழ்வின் சோபனங்கள் வறட்டு அலசல்களால்/பகுத்தாய்வுகளால் வடுப்பட்டுப்போவதையும், பக்குவமும் நிதானமும் பரஸ்பரப் புரிதலும் வாழ்வை வளப்படுத்தும் அம்சங்கள் என்பதையும் அற்புதமாய்ப் படம்பிடித்துப் பதிவுசெய்துள்ள படைப்பு. ஆழ்ந்த பிரக்ஞையாலும், அர்த்தமுள்ள அனுபவத்தாலும் முதிர்ச்சியும்

பக்குவமும்பெற்ற ஒரு லட்சியப் பாத்திரம் கல்யாணி. பக்குவமும், robust commonsenseம் அவளது ஆளுமையின் அச்சாணி. நாவலின் பல பகுதிகளில் இதன் தாக்கத்தை எதிர்கொள்கிறோம். நாவலின் ஒரு பகுதி:

"பிறகு அவனுடைய நெற்றி வியர்த்திருப்பதைக் கண்டு தன் சேலைத் தலைப்பால் அதை ஒற்றியவாறே சொன்னாள். 'வாழ்க்கைக்கு ரொம்ப அவசியம் நேர்மை, உண்மை, ஒழுக்கம், ஆதரவு என்று சொல்லிக்கொண்டே வந்தவள் நாம் ஒருத்தருக்கு ஒருத்தர் ஸின்ஸியரா, ஆனஸ்டா, கம்ப்பாஷனோட இருப்போம். இதுக்குப் பேர் காதல் இல்லேன்னா அந்த உயர்வான காதல் அது இருக்கிற உசரத்திலேயே இருந்துட்டுப் போகட்டும்.. அதனாலே ஒண்ணும் கெட்டுப் போகாது. நோ மோர் எக்ஸ்பரிமெண்ட்ஸ் வித் லைஃப் - லெட் அஸ் லிவ் இட்!' என்று கூறியவாறு அவனது இரண்டு கைகளையும் இறுகப் பற்றிக்கொண்டாள்."

அடுத்து 'ஜய ஜய சங்கர'வில் சங்கராச்சாரிய ஸ்வாமிகள் ஆளுமை அழகாக வெளிப்படுகிறது. குழந்தைமையுடனும், தாய் போன்ற பரிவுடனும், அடக்கத்துடனும், மெல்லிய ஹாஸ்ய ரசத்துடனும், ஆனால் ஆழமான கருத்துச் செறிவுடனும் வெளிப்படும் அவரது சொற்கள் - அவரது அழுத்தமான, அதே நேரத்தில் நட்புணர்வு கமழும் மூர்த்திகரத்தை இனங்காட்டும் அகல்விளக்கு.

இந்தப் பண்புகளின் ஒரு பதிவு; ஒரு சித்திரம். உமாவின் புரட்சிப் பிரகடனத்தை மூடிய கண்களுடன் சிலாகித்த ஸ்வாமிகள் அவளைப் பார்த்து வியந்து கூறுகிறார்:

"மாகாளி துர்க்கை ஓய்ந்துவிடவில்லை என்பதற்கு அடையாளமே இந்தக் குழந்தையின் கோபம்! என்று உமாவிடம் பேசிச் சிரித்த ஸ்வாமிகள், அம்பகை எல்லா உயிர்களையும் ரட்சித்துக் காப்பாற்றுகிறவள்.. அழித்துவிட மாட்டாள் புரட்சி என்றால் ஆக்கம்தானே? படைப்புதானே? வாழ்க்கைதானே? - லோக க்ஷேமம்தானே?.... அதுதான் குழந்தை.. என் பாஷையில் கடவுள், உன் பாஷையில் புரட்சி. புரட்சியைச் சரியாகப் புரிந்துகொள்கிறேனா நான்? என்று அவர்களிடமிருந்து கேட்டுத் தெரிந்துகொள்கிற குழந்தை மாதிரிச் சொல்லித் தந்தார் ஸ்வாமிகள்."

ஒரு மனிதன், ஒரு வீடு, ஒரு உலகம்:

நாவலின் கதாநாயகன் ஹென்றி ஒரு காப்பிய நாயகன்; சித்த புருஷச் சார்புள்ளவன்; பகவத்கீதையில் 'ஸ்திதப்ரக்ஞனுக்கு' உள்ள இலக்கணத்துக்கான இலக்கியப் பதிவு. சௌந்தர்ய உபாசகன். 'வியனுலகனைத்தையும் அமுதென நுகரும்' பாங்கினன்; அவனது கரங்கள் உயிரினங்கள் அனைத்தையும் ஆவி சோர அணைக்கும் சால்புடையன. இந்த ஆளுமைச் சாரத்தைப் பழிந்து நமக்குப் படைக்கும் பாங்கிலும், அவனது ஆளுமை விகசிப்புக்குக் கட்டியம் கூறும் பாங்கிலும் நாவலின் ஆரம்பத்திலேயே ஒரு பகுதி:

> ''உறுமலும், புகைக்கக்கலுமாக லாரி அந்த மலைப்பிரதேச சாலையில் 'லொட லொட'த்துக்கொண்டிருக்கிறது. அங்குள்ள ஒரு சிற்றாற்றில் குளித்துவிட்டு நிர்வாணமாக, புனிதத்தின் உருவாக நிற்கிறாள் ஒரு அழகு தேவதை; அவள் ஓர் உளநலம் பிறழ்ந்த பெண்.ஓர் அழகிய புஷ்பத்தைக் கண்டு ரசிப்பதுபோல் கண்கொட்டாமல் அவள் அழகை ஆராதிக்கிறான் ஹென்றி. இச்செயலால் எரிச்சலுற்ற துரைக்கண்ணு, தொரை, தலையை உள்ளே எடுத்துக்கோ என்று சொல்லி, அதோடு நிறுத்த மனமில்லாமல், பொம்பளை குளிக்கிறதை அப்படிப் பாக்கிறியே என்கிறான்.
>
> ''ஹென்றி சிரித்தான்: நீங்க இதை மாத்திரம்தான் பாத்தீங்களா? கொஞ்ச நாழிக்கு முன்னாலே இந்த ஹேர்-பின் பெண்டுலே வரும்போது வெள்ளை வெளேர்னு ஒரு கன்னுக்குட்டி ஓடிச்சுதே.. கீழே பள்ளத்து வயலிலே - கொஸ்ச்சின் மார்க் மாதிரி வாலைத் தூக்கிக்கிட்டு நம்ப லாரி சத்தத்திலே ரெண்டு துள்ளு துள்ளிச்சுதே; பாய்ஞ்சு அட்டகாசம் பண்ணிக்கிட்டு இருந்திச்சிதே அதைப் பார்த்தேனே.. நீங்க பாக்கலியா? லாரிக்குக் குறுக்கே இப்பக் கொஞ்சம் மின்னாலெ கொரங்குங்க இந்தப் பக்கத்துக்குத் தொப்தொப்புனு குதிச்சு ஓடிச்சுதே. அதெப் பார்த்தேனே, நீங்க பாக்கலே?....''

உன்னைப் போல் ஒருவன்:

ஏழைத் தங்கத்துக்கு இன்னுமொரு மகவு. பெண்மைத் தளிர். தாய்மையின் சிலிர்ப்பு படைப்பாளியின் பேனாவில் துடிக்கிறது, கவிதைத் தெறிப்பாக:

> ''அந்த மிருதுவான மலர்ச்சியை, அப்பொழுதுதான் முகையவிழ்ந்திருந்த மலரை, தன்னில் மறைந்திருந்து இன்று

தானும் ஒரு தனியான தளிராக, முன்னாகி இருக்கின்ற தனக்குப் பின்னாலும் தொடரவிருக்கும் முடிவற்ற சங்கிலியின் ஒரு முனையை, அவனில் சுரந்த எதுவோ ஒரு நாள் அவளில் கலந்து 'அது'வாகி, இன்று அவளிலிருந்தும் அகன்று வந்து அதுவும் ஒரு 'அவளான' அதிசயத்தை அவள் தன் விரலால் ஸ்பரிசிக்கையில் விரல் வழியே புகுந்த சிலிர்ப்பு உடல்முழுதும் பாலாகிப் பரந்து நெஞ்செல்லாம் வழிவதுபோல் சுகம் தந்தது.''

தற்கால இந்தியப் பெண்களின் அவலத்தை நம்முன் நிறுத்தி கவிதா சோகம் ததும்பும் படைப்பாளியின் - ஒரு துணைக் கதையின் - அறைகூவல்: ***(சுந்தரகாண்டம்):***

''தோளில் மாட்டிய பையுடன், தலையில் கனக்கிற சுமையுடன் - பேதையாய், பெதும்பையாய், அரிவையாய், தெரிவையாய், மங்கையாய், மடந்தையாய், பேரிளம் பெண்ணாய் - எத்தனையெத்தனை சீதைகள்! இவர்களுக்கும் இவர்களது ராமர்களுக்கும் இடையே ஒரு சமுத்திரமே புரண்டு கோஷிக்கிறதே!...''

சிந்தையில் ஆயிரம்

கட்டுரைகள்

இலங்கைத் தமிழ் அறிஞர் சிவத்தம்பி தமிழ் உரைநடை வரலாற்றில் இரண்டு கட்டங்களை இனங்காண்கிறார். முதலாவது, இலக்கியத்தில் உரை பயில்வது; இரண்டாவது, உரை (ஆக்க) இலக்கிய வடிவமாதல். அதாவது, இலக்கிய உரைநடையிலிருந்து, நாம் உரைநடை இலக்கியத்துக்கு வருகிறோம், என்கிறார். முதற்கட்டத்தில் தமிழிலக்கியத் துறையில் உரைநடை என்பது பெரும்பாலும் பேரிலக்கியப் படைப்புகளுக்கு உரையாசிரியர்கள் நல்கிய உரைகளையே சார்ந்திருந்தது. உரைநடை இலக்கியம் அடிப்படையில் மேலைப்புலத்திலிருந்து இறக்குமதி செய்யப் பட்டது.

Essays என்று அறியப்படும் இந்த இலக்கிய வகைமையை பேகன் (Bacon) கட்டுரைகள், 'தியானங்களின் தூவானம் போன்ற வெளிப்பாடுகள்' என்பார்; ஸாமுவல் ஜான்ஸன் (Samuel Johnson) 'மனதின் விட்டுவிடுதலையான விளையாட்டு', என்பார். இந்தத் துறை குறித்து ஆழ்ந்து பயின்ற ஏ.ஸி.பென்ஸனின் (A.C.Benson) கூற்று குறிப்படத்தக்கது:

> ''கட்டுரையின் உயிர்நாடி எடுத்தாளப்படும் பொருளில் இல்லை; எந்தப் பொருளும் ஏற்புடையதுதான். அது ஆளுமை வசீகரத்தில்தான் ஜீவிக்கிறது. கட்டுரையின் அழகு அதனைக் கருவுற்று, பதிவுசெய்த உள்ளத்தின் ஆளுமையின் வசீகரத்தில் தான் உறைகிறது.''

இலக்கியக் கட்டுரையின் இந்த அடிநாதத்தை உள்வாங்கும் பாங்கில் ஜே.கே. கூறுவார்:

> ''இந்த நினைவுகள் நபர்களைக் குறித்தும், நிகழ்ச்சிகளைக் குறித்தும் அல்லது ஓர் இடம்,ஊர், பொருள், ஓசை, மணம், ஒரு சொல் எது குறித்தும் இருக்கும். இதற்கு உள்ள அர்த்தமெல்லாம் இதனோடு நான் சம்பந்தப்பட்டிருந்தேன் என்று நினைக்கிற வனின் அனுபவமே ஆகும்.''

ஜெயகாந்தன் 51

ஜெயகாந்தனின் கட்டுரைகள் 500க்கும் மேற்பட்டன. இப்பரப்பில் அவர்தம் அரவணைப்புக்கும் கொஞ்சுதலுக்கும் ஆட்பட்ட கருப்பொருட்களும் பல வண்ணம் கொழிக்கும் புஷ்ப ஜாலங்கள். தன் வாழ்க்கையை ஆக்கமாகத் தாக்கிய ஆசான்கள், நண்பர்கள் பற்றிய உணர்ச்சிகரமான, நட்புணர்வுள்ள நினைவலைகள்; தமிழ்ச் சமூகம் சார்ந்த ஆரோக்கியமான கவலைகள், அறிவுசால் பரிந்துரைகள்; படைப்பிலக்கிய ஆன்மாவின் நுண்ணிய சலனங்களின் படப்பிடிப்புகள்; தன் வாழ்வில் எதிர்கொண்ட சாமானிய, விளிம்புநிலை மாந்தர்களின் மானிட உன்னதங்களை உள்வாங்கிப் பரிவுடன் செய்த பதிவுகள்; சுயதரிசன - சுயவிமரிசன வெளிப்பாடுகள்; சிறு அனுபவப் புள்ளிகளைச் சுற்றி வரையப்பட்ட சுவையான கதைக்கோலங்கள்; தனது பிள்ளைப் பிராயத்து ஆசைகளை, தாபங்களை, கோபங்களை, அசட்டுத்தனங்களை குழந்தைமையின் அழகு கொழிக்க அசைபோடும் பாங்கு; கனமான தத்துவப் பிரச்சினைகளை, சின்னஞ்சிறு நிகழ்வுகளின் ஊடாக அமைதியாக மொட்டவிழ்க்கும் லாகவம் - இவ்வனைத்தையும், இன்னும் பலவற்றையும் தழுவியவாறு, ஆடம்பரமில்லாத ஆற்றொழுக்குத் தமிழில், சிந்தனையை மெல்ல உசுப்பவிட்டு, மனித நேய உணர்வுகளுக்கு உயிரூட்டம் நல்கி, கவித்துவ மணம் ஆங்காங்கே கமழ, அங்கதமும் நகைச்சுவையும் குமிழிட, இக்கட்டுரைக் கோலங்கள் நம்மை ஆட்கொள்கின்றன.

அரசியல் நிகழ்வுகள் குறித்தும் அரசியல் ஊடாட்டங்கள் குறித்தும் பல கட்டுரைகளை ஜே.கே. எழுதியிருக்கிறார். இந்தப் பதிவுகளில் நிகழ்காலச் சூடு முக்கியமான இருப்பு. இவற்றில் இலக்கிய நயம் பின்தள்ளப்பட்டுவிட்டது. இந்தப் பின்புலத்தில் குறிப்படப்பட்ட அரசியல் நிகழ்வுகளும் உறவு உரசல்களும் 'ஆறின பழங்கஞ்சியாக' மாறிவிடுவது ஒருவகையான இயல்புக்கட்டாயம்; அவ்வாறே நிகழ்ந்தும் உள்ளன. எனவே அரசியல்குறித்த அவரது பெரும்பாலான கட்டுரைகள் காலப்போக்கில் தங்கள் வீரியத்தை இழந்துவிடுவதைக் காணமுடிகிறது.

பரந்துபட்ட கட்டுரைக்களனிலிருந்து அவரது நிலைப்பாடுகளையும் சுவையான பதிவுகளையும் இனங்காட்டும் பாங்கில் ஒரு சில மேற்கோள்கள்:

இலக்கியத்தின் நோக்கம்:

லட்சியத்தைத் தவிர்த்து, 'கலை கலைக்காகவே' என்ற பதாகையின் கீழ் 'தூய' இலக்கியம் படைக்கிறோம் என்று

முழங்கப்படும் கோஷத்தை தாட்சண்யமின்றிப் புறந்தள்ளுகிறார் ஆசிரியர்:

"அர்த்தமில்லாமல் கலை இருக்க முடியாது. வாழ்க்கைக்கும், உலகுக்கும், இந்தப் பிரபஞ்சத்துக்கும் அர்த்தம் கற்பிப்பவன் மனிதன். இயற்கைக்கே அர்த்தம் கற்பிக்கிற மனிதன், தன்னால் இயற்றப்படுவதற்கு அர்த்தமில்லையென்று சொல்வதை என்னால் ஏற்றுக்கொள்ள முடிவதில்லை."

எனது எழுத்து:

"எனது எழுத்து என்பது ஒரு தனிநபரான என்னைச் சார்ந்ததன்று. அது எனக்கு முன்னால் தொடங்கி, எனக்குப் பின்னாலும் தொடர்கிற ஒரு கதையாகும்! அந்த பெருங்காவியத்தின் இடைக்கால நாயகனே நான்!"

இலக்கணத்தின் இடம்:

"இலக்கணத்தை மீறுங்கள்.! இலக்கணத்தை உடையுங்கள்! ஆனால் அதற்கு நீங்கள் உபயோகிக்கும் ஆயுதம் உங்களுடைய அறியாமையாக இருக்கவேண்டாம்."

அழகியல்:

"மரப்பாச்சிதான் வெறும் அழகியலுக்கு உதாரணம். அதைவிடக் குழந்தையின் ரசனைக்குரியது எது? மனிதனின் பேதைப்பருவ அழகியல் உணர்வு அவ்வளவுதான்."

"ஆனால், நடராஜ விக்ரகம் வெறும் அழகியல் உணர்வின் அடிப்படையில் வந்தது மட்டுமல்ல. அதற்குள் ஒரு அர்த்தம் - வலுவான அர்த்தமும் உள்ளடங்கி இருக்கிறது. இன்னும் தெளிவாய்ச் சொன்னால் அந்த அர்த்தமே அந்த அற்புத வடிவத்தை உருவாக்கி இருக்கிறது!"

இலக்கிய ஒழுக்கம்:

"இலக்கியம் காலத்துக்கேற்ப மனிதனை உருவாக்க வேண்டும். அது காலங்கடந்த நியாயங்களைப் பேசிக் காலத்துக்கு ஒவ்வாத மனிதர்களை உருவாக்கினால் அந்த இலக்கியத்தின் ஒழுக்கத்தைக் காலம் கேள்விக்கு இலக்காக்கும்."

ஆசான்கள் / தோழர்கள்:

தனது ஆளுமை வளர்ச்சியில் அரிய பங்காற்றிய ஆசான்கள் / தோழர்கள் பற்றிய மனதைத் தொடும் பல பதிவுகள் உள்ளன. இவை குறுகத்தரித்த சித்திரங்கள். ஒருசில மேற்கோள்கள்:

கேட்டார்ப் பிணிக்கும் தன்மையும், கேளாதாரும் வேட்கை கொண்டு விரும்புவதாகவும் இருக்கும் பேச்சுக்குச் சொந்தக் காரர்; ஒரு புரட்சிக்காரர், கம்யூனிஸ்ட், தொழிலாளர் தலைவர், மாபெரும் தேசபக்தர், காந்தியவாதி, தமிழறிஞர், கவிஞர், சொல்லேர் உழவர்: தோழர் ஜீவா.

பலதுறை அறிஞர். ஆங்கிலம், சம்ஸ்கிருதம், தெலுங்கு, தமிழ் ஆகிய மொழிகளில் ஆராய்ச்சிபூர்வமான புலமை பெற்றவர். சுதந்திரமான அறிவுஜீவி. அரசியல், பூகோளம், சரித்திரம், பொருளாதாரம், கலாசாரம், இலக்கியம், இசை, விளையாட்டுப் பந்தயங்கள் ஆகிய எதுகுறித்தும் வியக்கத்தக்க முறையிலும், விரும்பிக் கற்கத்தகுந்த முறையிலும் ஒரு 'என்ஸைக்ளோபீடியா'வைப் போல, இலக்கிய நயத்தோடு நாட்கணக்கில் விவாதித்தும், விளக்கியும் நூற்றுக்கணக்கான புதிய தலைமுறை இளைஞர்களை (ஜே.கே. உள்பட) தமது கரத்தால் உருவாக்கிய அறிவுலக பிரம்மா ஆர்.கே.கே. என்று அறியப்பட்ட ஆர்.கே. கண்ணன்.

நீர்க்காவி ஏறிய வேட்டி, சட்டை; எப்போதுமே சிலுப்பிக் கொண்டிருக்கும் கிராப்புச் சிகை; எளிய தோற்றம்; சிறிய உருவம்; சிட்டுக்குருவி போன்ற சுறுசுறுப்பு; ஒரு குமாஸ்தா போன்ற தோற்றத்தில் மகத்தான இலக்கிய வேள்வி புரிந்த தி.ஜ.ர.

புகழ்ச்சிக்கு உரிய எல்லாமே அவர் புகழ்கிறபோது புதுமெருகு பெறும். முகத்தில் எப்போதும் தவழ்கிற புன்னகை; வார்த்தைகளில் எப்போதும் ஒரு நகைச்சுவை. இலக்கியம், சங்கீதம், ஓவியம் போன்ற கலைகளில் நுட்பமான திறமை. வற்றிவிட முடியாத ஜீவநதி போன்ற இலக்கிய ஊற்று கு.அழகிரிசாமி.

மொட்டைத்தலையும், நெற்றியில் துலங்கும் திருநீறும் குங்குமமும், வாய்நிறையக் குதப்பும் வெற்றிலையோடு குழம்பும் சிரிப்பும் கவிதையுமாய்க் கம்பீரமான குரலோடு காட்சி தரும் கவிஞர் திருலோக சீதாராம்.

தமிழும் சம்ஸ்கிருதமும்:

இந்த பாரத தேசத்தின் ஒரு பொது, மொழி தமிழகத்தில் முளைத்த மூடத்தனமான பகைமையினால் சிறுபான்மையான ஒரு சாதியின் மொழியாகத் தாரைவார்க்கப்பட்டது. இதனால் தமிழுக்கும் நஷ்டம்; தமிழனுக்கும் நஷ்டம். எல்லாவற்றிற்கும் மேலாக சிந்தனைக்கும் அறிவிற்கும் பெருத்த நஷ்டம். தமிழ்ப் பற்று என்பதே பறமொழிப் பகைமை என்றாயிற்று.

மனித மாண்பு:

'தமிழச்சியின் தத்துவம்' என்ற கட்டுரையின் ஒரு பகுதி.

கூழும் அவள் கொடுத்த துவையலும் அமிர்தமாய் இருந்தன.

இன்னங் கொஞ்சம். உடம்புக்கு நல்லது. பசு மோர் போட்டுக் கரைச்சிருக்கேன் எங்க ஐயாவுக்கு எருமை மோர் போட்டா ஒத்துக்காது என்று மறுபடியும் அவள் உபசரித்தபோது, என் வயிறு ஒரு செம்பிலேயே நிறைந்துவிட்டது - ருசியா யிருக்குது என்று அவளை நான் பாராட்டினேன்.

''நீங்க என்ன தாறு?'' என்று கேட்டாள்.

இந்த 'நீங்க' மரியாதை விளிப்பு அல்ல; உன்னைச் சேர்ந்தவர்கள் என்று குறிக்கும் 'பன்மை விளி' என்று அறிந்து கொண்டேன். தாறு என்றால் ஜாதி என்றும் புரிந்துகொண்டேன்.

''நீ என்ன தாறு?'' என்று திருப்பிக் கேட்டேன்.

''நாங்க பறையருங்க சாமி'' என்றாள்.

''நானும்தான்'' என்றேன்.

அவள் நம்பவில்லை. ஆனாலும் சந்தோஷமடைந்தாள்.

''ம்... இந்தக் காலத்திலே ஜாதியெல்லாம் பார்க்கக் கூடாதாமே'' என்றாள்.

''பார்க்காம இருந்தா நல்லதுதானே?'' என்றவாறு, அவளுக்கு ஏதேனும் காசு தர எண்ணி, அவளிடம் நோட்டை நீட்டியபோது,

''ஐயையோ! இது என்னா புத்தி? பசியாத்தினதுக்குப் பணமா வாங்குவாங்க? நாங்க பறையர் சாமி...''. என்று என்ன கெளரவமாய்ச் சொல்லி, எழுந்து நின்று, கூடையைத் தூக்கித் தலையில் வைக்கச் சொன்னாள்.

மனவியல் சித்திரங்கள்:

'சிலர் உள்ளே இருக்கிறார்கள்' என்ற தலைப்பில் மனநோய் காரணமாக "உள்ளே" சிறைப்படுத்தப்பட்டிருக்கும் மாந்தர்கள் குறித்து நம்முள் ஒற்றுணர்ச்சி சுரக்கும் பாங்கில் ஜே.கே. தந்துள்ள அறிவுசால் விளக்கம்:

> ''பிறருக்குத் தெரியாத, தெரிந்துவிடுமோ என்று நாம் அஞ்சுகிற, தெரிந்துவிடக்கூடாது என்று நாம் காப்பாற்றி வைத்திருக்கிற, ஒருவேளை தெரிந்திருக்குமோ என்று எண்ணி அடிக்கடி தலையைச் சொறிந்துகொள்கிற எத்தனை ஆயிரம் பைத்தியக்காரத்தனங்கள் நம் ஒவ்வொருவரிடமும் குடிகொண்டிருக்கின்றன! இப்படிப்பட்ட நாம், அந்தப் பைத்தியக்காரத்தனங்கள் வெளியே தெரிந்துவிட்டதென்ற ஒரேகாரணத்தினால் அவர்களை விலக்கிவைத்ததுகூடச் சரி - என்றைக்குமே வேண்டாமென்று அவர்களைச் சபித்துவிட என்ன உரிமை பெற்றிருக்கிறோம்?''

கும்பல் கலாச்சாரம்:

கும்பலைத் திரட்டித் தமது பலத்தைக் காட்டும் வன்முறை அரசியலில் உள்ள அபாயத்தை விசனத்துடன் கோடிட்டுக் காண்பக்கிறார்:

> ''கும்பல் எப்போதும் கொக்கரிக்கும்; எந்த நேரமும் எந்த இடத்திலும் ஏதேனும் ஒரு காரணம் கண்டு அது அணை உடைத்துப் பாய்வதற்கு மோதிக்கொண்டே இருக்கும். அதனைத் திருப்திப்படுத்துவதற்கே நாம் அதைவிடவும் பெருங்குரல் கிளப்பி அதை உற்சாகப்படுத்தியாக வேண்டும்.''

நோய்:

நோயாளியைப் பரிசோதித்து நோயின் கூறுகளை அறியவேண்டுமே ஒழிய, நோயின் வேதனையிலே பிதற்றுகிற புலம்பல்கள் எல்லாம் முழு உண்மையாகா.

பிற களன்கள்

கவிதைகள்

கவிதைக்கு வரையறைகூறும் நோக்கில் புகழ்பெற்ற ஆங்கில மொழிக் கவிஞர் வேர்ட்ஸ்வொர்த் கூறுவார்: ஆழ்ந்த உள்ள அமைதியின் தளத்திலிருந்து வீரியமுள்ள உணர்ச்சிகள் தன்னியலார்ந்து பீறிட்டெழுதலே கவிதை. இத்தகைய கவித்துவ வெளிப்பாடுகளை ஜே.கே.யின் சில உரைநடைப் பகுதிகளிலும், கலந்துரையாடல் வேளைகளிலும் நான் இனங்கண்டுள்ளேன். அவருள் ஒரு கவித்துவச் சுனை சூல் கொண்டு மகவு ஈன்றிடத் துடிப்பதை நுண்ணுணர்வுடன் நோக்கினால் அடையாளம் கண்டு கொள்ள முடியும். ஆனால் தனது கவித்துவப் படைப்பாற்றலை ஓரளவு தாட்சண்யம் இல்லாது பூட்டுப் போட்டுச் சிறைப்படுத்தி வைத்திருக்கிறாரோ என அடிக்கடி எண்ணத் தோன்றும். இத்தடையையும் மீறி நண்பர்களால் பதிவு செய்யப்பட்ட சில கவிதைக் குறிப்புகளைப் படிக்கும் வாய்ப்பை நான் பெற்றுள்ளேன்.

மலேசியா வானொலிக்கு அளித்த 'நேர்காணலில்' ஜெயகாந்தன் இவ்வாறு கூறினார்:

> ''கவிதைகளில் எனக்கு ரொம்ப ஈடுபாடு இருந்திருக்கு. ஆனா நான் ஒரு கவிஞன் ஆயிடக்கூடாதுன்னு ரொம்ப ஜாக்கிரதை உணர்ச்சி எனக்கு. காரணம் உரைநடைமீதும் உரைநடையில் சாதிக்க விரும்பியதற்கும் அது தடையாகி விடுமோ என்கிற ஓர் அச்சம். அதை நான் தவிர்த்தே வந்திருக்கிறேன். ஆனாலும் நண்பர்கள் எப்போதேனும் நான் சொல்கிற கவிதைகளை எழுதிவைத்திருந்து எனக்கே காட்டுவார்கள்.''

இவை '**ஜெயகாந்தன் கவிதைகள்**' என்ற பெயரில் ஒரு தொகுப்பாக 2008இல் வெளியிடப்பட்டது. இந்த நூலுக்கான முன்னுரையில் ஜே.கே. இவ்வாறு கூறுகிறார்:

> ''எனக்கு வெண்பா என்றாலும், விருத்தப்பா என்றாலும் - ஏன், கவிதை என்றாலே - பாரதிதான் கட்டளைக்கல்.

ஜெயகாந்தன்

மற்றவர்கள் கதை எப்படியோ? என்னுடைய கவிதைகள் குழந்தைகள் விளையாடும் ஏழாங்காய்க் கற்கள்தான். தமிழறிந்த புலவர் பெருமக்கள், இந்த அத்துமீறல்களுக்காக என்னை மன்னிப்பார்களாக!''

ஜெயகாந்தனின் இந்த 'அவையடக்க'க் கூற்றைப் பொய்யாக்கும் வகையில், இந்த நூலில் பல குறிப்படத்தக்க கவிதைகள் உள்ளன. ஒரு சில 'மாதிரிகள்':

நானென்றும் நீ யென்றும்
அதுவென்றும் இதுவென்றும்
தானென்றும் தனியென்றும்
பேதங்கள் அற்றநிலை!

தேனென்றும் நஞ்சென்றும்
தீயென்றும் சருகென்றும்
தீதென்றும் நன்றென்றும்
தெரியாத தேவநிலை!

★★★ ★★★ ★★★

கடலை உருண்டை செய்து
கையிலதை அடக்கிடலாம்
உடலில் உயிர் நிறுத்த
ஒரு வழியும் காணவில்லை!

வானை அளந்தறியும்
வரலாறு எழுதுகின்றோம்
ஊனில் உயிர் எழுத
ஒருவழியும் தெரியவில்லை!

★★★ ★★★ ★★★

சாவுதான் விபத்தென்பார்
சாகாமல் இருப்பதுவும் விபத்தன்றோ-பிறவி சார்ந்ததும்
ஓர் விபத்தன்றோ,
நோவுதான் வியாதி என்பார்;
நோகாமல் இருப்பதுவும் வியாதியன்றோ-   வாழ்வை
நுகராமல் இருப்பதுவும் ஓர் வியாதியன்றோ

★★★ ★★★ ★★★

நானொரு மூடன் - எனை
நம்பவந் தானொரு சீடன்
என்னை வணங்கி எழுந்தான் - எனக்குத்
தன்னை வணங்கிடும் தன்மையைத் தந்தான்
வந்தது ஞானம் என்று
வந்தவன் தன்வழி சென்றான்.
சிந்தையில் ஞானச் சிறுபொறி கனன்றது
சிரித்தேன்!

★★★ ★★★ ★★★

கவிதை ஒரு மூட்டைப்பூச்சி
இரவில் என்னைத்
தூங்கவிடாமல் கடிக்கிறது!
இலக்கணம் ஏதும் கல்லாதவன்
என்று இதற்குத் தெரியவில்லை.
இலக்கணம் படித்தவர் வீட்டிலே இந்த
மூட்டையும் இல்லை.
நானோ ஒண்டுக் குடித்தனவாசி!
வீட்டில் ஆளும் அதிகம்; அழுக்கு அதிகம்!
சுண்ணாம்படிக்கிற பழக்கம் சுத்தமாய் இல்லை.
இண்டு இடுக்குகள் எங்கும் உண்டு.

சந்துகள் பொந்துகள் சங்கதி தெரியும்!
தூக்கம் ஒன்றுதான் துக்கம் கெடுக்கும்
தூங்கவிடாமல் எனையிந்த மூட்டை கடிக்கும்!
இலக்கணம் ஏதும் படித்திலேன்
என் செய?
எழுதவா? வேண்டாமா?

★★★ ★★★ ★★★

முன்னுரைகள்

தமிழிலக்கியத்தில் 'முன்னுரை'களுக்கு ஓர் இலக்கிய முகவரி கொடுத்த சிறப்பு ஜெயகாந்தனைச் சாரும். இவை ஜார்ஜ் பெர்னாட் ஷாவின் முன்னுரைப் படைப்புகளை நினைவுறுத்துகின்றன.

'ஓர் இலக்கியப் படைப்பு தான் கூறவேண்டியதைத் தன்னகத்தே கொண்டுள்ளதாக இருக்கவேண்டும். படைப்புபற்றிய விளக்கமும், வியாக்கியானமும் தனியாக எதற்கு?' என்ற கேள்வி இலக்கிய விமர்சகர்களிடையே பரவலாக இருப்பதைக் காணலாம். அதேநேரத்தில், பல இலக்கியக் கர்த்தாக்கள் இந்த அணுகு முறையைக் கையாண்டுள்ளார்கள். தனது முன்னுரையின் தாத்பர்யம் பற்றிய ஜே.கே.யின் கூற்று நினைவுகூரத் தக்கது:

> ''கதைகளில் சொல்லமுடியாத சொன்னால் கதைத்தன்மை குலைந்துபோகக் கூடிய, ஆனால் நான் கதை எழுதும் நோக்கம் வலுப்பெறச் சொல்லியே தீரவேண்டிய, கதைபற்றிய கருத்துக்களைப் பேசுவதற்கு நூலின் முன்னுரை ஒரு சௌகரியமான தளம் என்பதால் இந்தச் சில பக்கங்களைப் பயன்படுத்திக்கொள்வது சமுதாயக் கண்ணோட்டத்துடன் இலக்கியப் பணிபுரியும் என் போன்றவர்களுக்கு இன்றியமை யாததுமாகும்.''

இம்முன்னுரைகளில் இலக்கியம்குறித்த, வாழ்க்கைகுறித்த, தன் கதைமாந்தரின் பாத்திர தர்மம் குறித்த பல கருதுகோள்களுக்கு ஆசிரியர் விளக்கம் தந்துள்ளார். இவ்விளக்கங்களில் தர்க்க அமைதியும், சுயதரிசனக் கோணங்களும், தர்ம ஆவேசமும், மலினப்பட்டுப்போன சமூக விழுமியங்கள் குறித்த சோகமும் நம்மை எதிர்கொள்கின்றன.

இவற்றைக் கோடிட்டுக்காட்டும் பாங்கில் ஜே.கே.யின் முன்னுரைகளில் இருந்து சில பகுதிகள்:

இலக்கியத்தின் ஆன்மா: (யுகசந்தி - 1963 - சிறுகதைத் தொகுப்பு முன்னுரையிலிருந்து)

இவை கதைகள்! அதாவது மனிதன் சம்பந்தப்பட்ட பிரச்னைகள். அந்தப் பிரச்னைகளுக்குத் தீர்வுகாணுவன கதைகள் என்று யாராவது கூறினால் அவரைப் பார்த்து நான் அநுதாபமுறுகிறேன். பிரச்னைகளுக்கும் கதைக்கும் சம்பந்தமே இல்லையென்று யாராவது கூறினால் அவர்களை நோக்கி நான் சிரிக்கிறேன்.

வாழ்க்கை (life) என்பது வாழ்வின் (existence) பிரச்னை; வளர்ச்சி என்பது வாழ்வின் பிரச்னை; கலையும் இலக்கியமும் வளர்ச்சியின் பிரச்னைகள்; எனது கதைகள் பொதுவாக, பிரச்னைகளின் பிரச்னை!

'நான்' என்னுடைய பிரச்னை என்று நான் நினைத்துக் கொண்டிருந்தால் அது என் அறியாமைக்கு எடுத்துக்காட்டு; 'நான்' என்பது நான் மட்டுமல்ல. நீ என்றும், அவனென்றும் அவளென்றும் அதுவென்றும் இதுவென்றும் குறிக்கும் எல்லாமே ஒரு 'நான்' தான். எனது செயல் யாவும் எனது ஆத்மதிருப்திக்கு மட்டும் என்று சொல்லிக்கொண்டால் அது ஓர் ஆத்ம துரோகம். ஏனெனில் ஆத்ம திருப்தி என்பது சுயதிருப்தி அல்ல.

பழைமை - புதுமை ஊடாட்டம்: (பிரம்மோபதேசம் - 1963 - குறுநாவல் தொகுப்பு முன்னுரையிலிருந்து)

இற்று விழுகின்ற ஒரு புராதனப் பண்பாட்டைக் கண்டு பொங்கி எழுகின்ற பாரதத்தின் ஆன்மாவும், வைராக்கிய சித்தமும், தர்மாவேசமும் எவ்விதம் புதிய ரூபம் பெற நிர்ப்பந்திக்கப்படுகின்றன என்பதற்கோர் எடுத்துக்காட்டு சர்மா.

வெற்றிகளை எட்டிவரும் புதிய சக்தியின் விளைவு சேஷாத்திரி. அது வீண் ஆரவாரம் கொட்டாது; அது ஆத்திகத்திடம் அறிவுத்துறையில் மிக நெருக்கமாக நெருங்கி நின்று வாதிக்கும். நாத்திகத்தின் அடிப்படையில் பலமாய் நின்று செயல்படும். ஆத்திகத்தின் பெயரால் மூடர்கள் பெருகியதற் கிணையாகவும் அதிகமாகவும் பல்கிப் பெருகிப்போன நாத்திக மூடர்களைப் போல் அநாகரிகமான செயல்களில் இறங்கி பாரதத்தின் பெருமைகளைக் குலைக்காது. இருக்கின்ற பெருமை களைக் கபோதித்தனமாய் நிராகரித்து அந்நிய மோகம் என்ற அடிமைத்தனத்துக்கு இரையாகிப் புதுமை என்ற போலிச் சரக்குக்குப் புத்தியை விலையாக்காது. பழைய பெருமைகளைப் புரிந்துகொண்டு புதிய பெருமைகளையும் அவாவி வாழ்ந்து, வளர்ந்துவரும் அறிவின் முனைப்பில் ஒளிவிடும் ஒரு தத்துவம்

அது; மாறக்கூடியதும் மாற்றக்கூடியதுமான விஞ்ஞானம் அது. அந்த சித்தாந்தத்தின் பிரதிநிதி சேஷாத்திரி.

மனிதாய அடிநாதம்: ('பிரளயம்' - 1965 - குறுநாவல் தொகுப்பு முன்னுரையிலிருந்து)

நான் எவ்வளவு கேவலமான விஷயங்களை மிகப் பரந்த அளவுக்குச் சித்தரிக்க எடுத்துக்கொண்டாலும், அதில் பொதிந்துள்ள சிறப்பானதும், உயர்வானதும், வாழ்க்கைக்கு அர்த்தம் கொடுப்பதுமான ஒரு மகத்தான மனிதப் பண்புக்கு வலுமிக்க அழுத்தம் கொடுத்து வாழ்க்கையின் புகழையே பாடுகிறேன். ஆழ்ந்து ஆழ்ந்து பார்க்கின்ற ஒரு பக்குவம் பெற்றுவிட்டால் எல்லாவற்றுள்ளும் ஒரு மகத்துவம் துயிலுவதையும் மறைத்திருப்பதையும் தரிசிக்கமுடியும்.

எழுத்தாளன் ஒரு சட்டத்தின் துணைகொண்டு இது சரி, இது தப்பு என்று தீர்ப்பும் தண்டனையும் அளிக்கும் ஒரு சாதாரண நீதிபதி அல்ல. வஞ்சிக்கப்பட்டவர்களிடமும், தண்டிக்கப் பட்டவர்களிடமும் குடிகொண்டுள்ள மனித ஆத்மாவையே அவன் நாடிச் செல்கிறான்.

பிரச்னைகள்: பிரச்னைகள் தீர்வதும் இல்லை; பிரச்னை களை யாருமே தீர்த்து வைத்ததுமில்லை. எல்லாவற்றையும் தீர்த்துக்கட்டிவிடவா வாழ்கிறோம்? மேலும் மேலும் - பிரச்னைகளை உற்பத்தி செய்துகொள்வதே வாழ்க்கை. புதிய புதிய பிரச்னைகளை வளர்த்துக்கொண்டால் போதும். அளவிலும் தரத்திலும் மிகுந்த பிரச்னைகள்; மிகுதியான பிரச்னைகள் - மனித குலம் வேண்டுவது இவ்வளவே! தீர்வா? யாருக்கு வேண்டும்?

குறிப்பிட்ட, என் பிரச்னை உன் பிரச்னை என்றால் அதற்குத் தீர்வு உண்டு. ஒரு குறிப்புக்கு உட்பட்ட 'நீ'யும், 'நானு'ம் தீர்ந்தும் போகிறோம். கதைமாந்தர்கள், குறிப்பாக ஒரு உருவம் தாங்கிய போதிலும் பொதுவான மனித குலத்தின் நிலையான உணர்ச்சிகளின் பிரதிநிதிகள் என்பதாலேயே பிரச்னைகளின் முடிவாகக் கதையில் நிறைந்தும், பிரச்னைகளின் ஆரம்பமாக வாழ்க்கையில் முளைத்த வண்ணமும் இருக்கிறார் கள். முடிவா? யாருக்கு வேண்டும்.?

தன் கதாபாத்திர நியாயத்தை வலியுறுத்தல்: 'அக்கினிப் பிரவேசத்தில்' 'அவள்' விபத்துபோல் உடலுறவுக்கு ஆட்படு கிறாள். இது கழுவப்படமுடியாத கறையல்ல என்ற

ஞானத்துடனும், பரிவுடனும் அவளைக் காத்து, புனிதப்படுத்தி, மறுவாழ்வுக்கு ஆற்றுப்படுத்துகிறாள் அன்புத்தாய். பல விமர்சகர்கள் அவள் தற்கொலைக்கோ, எரியூட்டுதலுக்கோதான் உட்படுத்தப்பட வேண்டும் என்று கொக்கரித்தனர். இதற்கு தன் முன்னுரையில் அவளின் நியாயத்தை நிலைநிறுத்துகிறார் ஜே.கே.

அகலிகையாகட்டும், சீதையாகட்டும் அல்லது எனது 'அவளே'யாகட்டும் கறைபட்டார்களா இல்லையா என்பது கறைபட்ட நெஞ்சங்களுக்கே உரிய ஒரு பிரச்னை. அவர்கள் தங்கள் அசட்டுத்தனத்தாலோ பேதைமையினாலோ தங்களுக்கே ஒரு பிரச்னையாகிப் போனார்கள். அதுதான் இதிகாசப் பிரச்னை, இலக்கியப் பிரச்னை, இக்காலப் பிரச்னையும்கூட.

யார்செய்த தப்புக்கோ இரையாகிப்போன பெண்ணுக்கு 'தற்கொலை'யையே தங்கள் சிருஷ்டிகளின்மூலம் பல எழுத்தாளர்கள் சிபாரிசு செய்திருக்கிறார்கள். அந்தப் புத்திசாலி எழுத்தாளர்களுக்கு நான் ஒன்று சொல்வேன். இந்த யோசனை 'அக்கினிப் பிரவேச'த் தாய்க்கும் முதலில் ஏற்பட்டதுதான். இவளை எரிப்பதன்மூலம் இவள் உடலைத்தான் எரிக்கிறோமே தவிர அந்தக் 'கறை'யை எரிப்பதில்லை என்ற விவேகமல்லவா அந்தத் தாயை அந்தக் காரியத்தைச் செய்யவிடாமல் தடுத்தது? அதுமட்டுமல்லாமல் அது அவளுடைய பெண். அதனால் அவள் எரிக்கவில்லை. யாரோ பெற்ற பெண்தானே? இந்த எழுத்தாளர் எரித்துவிடுவார்.

பாத்திரங்களைப் படைப்பது பெரிதல்ல. அவற்றின்மீது பாசமும் வைத்து வதைபட வேண்டும். அந்தப் பரிவு உணர்ச்சி இருந்தால் காகிதத்தில்தானே கிறுக்குகிறோம் என்று பொறுப்பில்லாமல், செய்யாத குற்றத்துக்குத் தண்டனையாக ஒரு பாத்திரத்தை எரித்துவிட முடியாது.

குறுகிய பார்வையில் விளையும் நமது குரூரத்தனங்களின் கோரத் தாண்டவத்தைத்தான் வாழ்க்கையில் பார்த்து வயிறெரிகிறோமே. இலக்கியத்தில் அந்தக் கொடுமைக்கு ஸ்துதி பாடுவதால் நமது வாழ்வியல் நெறியே விமோசனமில்லாமல் வடுப்பட்டுப் போகாதா?

அரசியல் களம்

கம்யூனிஸ்ட் கட்சியில், கம்யூன் வாழ்க்கையில், கட்சியின் செல்லப் பிள்ளையாக வளர்ந்தார் ஜெயகாந்தன். அவரது ஆளுமை வளர்ச்சியில் கட்சியின் பங்களிப்பு அளப்பரியது. எனினும் அவரது அரசியல் முழக்கப் பேரோசைகளில் கம்யூனிஸ்ட் கட்சி சார்ந்த பங்களிப்புகள் ஒப்பீட்டளவில் குறைவுதான். அரசியலில் அவர் குரல் பெரும்பாலும் எதிர்ப்புக்குரலாகத்தான் இருந்தது. அவர் எய்த எதிர்ப்புக்கணைகளின் இலக்குகள் பெரும்பாலும் திராவிட இயக்கம், முரட்டுத்தனமான பிராமண எதிர்ப்பு, மௌடீகமான பரம்பரை விழுமியங்களைச் சாடுதல், ஆன்மீகப் பாரம்பரிய விழுமியங்களை உடைத்தெறியும் வரட்டு நாத்திகம். திராவிட இயக்க எதிர்ப்பு பின்னாட்களில் அதன் கூர்மையை இழந்துவிட்டது.

அரசியல்களத்தில் 'பிரச்சார பீரங்கி' என்று விதந்தோதப்பட்ட தன் முழக்கங்களைப் பற்றி அவர் பற்காலத்தில் பெருமை கொள்ளவில்லை. ஓரளவு கூச்சம் கொள்கிறார்.

இதுபற்றிய ஜே.கே.யின் பதிவுகள் குறிப்பிடத்தக்கன:

> ''அந்தச் சிறிய ஆயுளில் 'ஜெயக்கொடி' மிகவும் அதிகமாகத் தான் சத்தம் போட்டுவிட்டது! இப்பொழுது திரும்பிப் பார்க்கையில் அரசியல் சம்பந்தப்பட்ட இவ்விஷயத்தில் எவ்வளவு சிறுபிள்ளைத்தனமான கோபங்களுக்கும் மிகத் தடித்தனமான வார்த்தைப் பிரயோகங்களுக்கும் நான் என்னிடமே இடம் தந்திருக்கிறேன் என்று ஒரு கேலிச் சிரிப்புடன் என்னையே பார்த்துக்கொள்கிறேன்.''

> ''ஆயினும், அதுகுறித்து வருந்துவதற்கும், வெட்கப் படுவதற்கும் என்வரையில் ஒன்றுமில்லை. ஒரு மோசமான காட்சியை ஒரு இளம் ஓவியன் மோசமாக வரைந்து, அது எவ்வளவு மோசமாக இருக்கிறதென்று, பின்னொரு காலத்தில் அவனே தேர்ந்த ஓவியனாக மாறியபிறகு தெரிந்துகொள்கிற மனோநிலையே எனக்கிருக்கிறது.''

''நான் வரைந்த சித்திரத்தைப் பற்றி எனக்கு இப்பொழுது எந்தவிதமான விமர்சனங்கள் இருந்தபோதிலும் நான் வரைவதற்குத் தேர்ந்தெடுத்துக் கொண்ட அந்தக் காட்சி எவ்வளவு மோசமானது என்பதுகுறித்து எனக்கு இரண்டு அபிப்பிராயங்கள் எப்பொழுதுமில்லை.''

''அரசியல் நாட்டமில்லாத, எனது எழுத்தின்மீது மட்டும் அபிமானம் கொண்ட அன்பர்கள் எனக்கு நிறைய உண்டு. அரசியல் மேடைகளில் நான் ஆவேசம் கொண்டு ஆர்ப்பரிக்கின்றபோது இந்தச் சுத்தமான வாசகர்கள் என்னைப் பார்த்துவிடக்கூடாதே என்றுகூட நான் கூசினேன்.''

குறிப்பிடத்தக்க ஒரு நிகழ்வு. திருச்சி தமிழ் எழுத்தாளர் சங்க மாநாடு. பெரியார் ஈ.வே.ரா மாநாட்டின் திறப்பாளர். 24 வயது இளைஞனான ஜெயகாந்தன் சிறப்புப் பேச்சாளர். பெரியார் இந்து இதிகாசங்களையும் இதிகாசப் பேராளுமைகளையும், ஆன்மீக விழுமியங்களையும் தன் உரையில் காட்டமாகச் சாடினார்.

இறுதியாக ஜே.கே.யின் உரை. பெரியாரின் வாதங்களையும் கூற்றுகளையும் ஜே.கே. ஒவ்வொன்றாக வரலாற்றுத்தெளிவுடனும், அறிவார்ந்த வாதங்களுடனும், அமைதியாக ஆனால் அழுத்தமாகப் புறந்தள்ளினார். இந்தக் கூட்டத்தைப் பற்றிய ஜே.கே.யின் பதிவு சுவையானது. அதிலிருந்து ஒரு பகுதி:

இந்தியாவில் ஆத்திகம் போன்றதே நம் நாத்திகமும். இரண்டும் மிக மிகப் பழைமையானவை. இரண்டுமே அறிவில் விளைந்த இரண்டு கனிகள். நமது அடிமை வாழ்க்கையின் விளைவு தற்காலத்தில் அவை இரண்டுமே மூடத்தனத்தில் முளைக்க ஆரம்பித்துவிட்டன. ஒருவன் மூடனாய் இருக்க, அவன் ஆத்திகனாய் இருக்கவேண்டுமென்பது அவசியமில்லை. அப்படியிருப்பின் அவன் பேசுகிற ஆத்திகத்துக்கும், அவனுக்கும் சம்பந்தமில்லை. அப்படிப்பட்ட மூடர்களுக்கு இணையான நாத்திக மூடர்களையும் நான் அறிவேன். அந்த மூடத்தனத்துக்கும் அவர்கள் பேசவிருக்கிற நாத்திகத்துக்கும் சம்பந்தம் ஏற்பட்டுவிடக்கூடாதே என்று நான் கவலையுறுகிறேன்.

அந்தத் திருச்சி மகாநாட்டில் கலவரமோ, குழப்பமோ நேராததற்கு ஒரே காரணம் பெரியார் அவர்களும் மேடையில் இருந்ததுதான். பெரியார் எனது பேச்சை மிகவும் உன்னிப்பாய், செவிமடலைக் கையால் குவித்துக்கொண்டு சிரத்தையோடு கேட்டார். இடையிடையே தனக்கு

உடன்பாடான கருத்துக்களை நான் கூறுகிறபோதும் - மக்கள் கரகோஷம் செய்த பொழுதும் தானும் தனது கைத்தடியால் தரையில் தட்டித் தனக்கு மாறுபாடான கருத்துக்களை நான் பேசிய சந்தர்ப்பத்திலும் ஆரவாரித்து என்னை உற்சாகப் படுத்தினார் பெரியார். அவரது இந்த நாகரீகம் மிக மேன்மையானது என்று நான் அப்போது உணர்ந்தேன்.

"பின்னர் அவர் என்னை அழைத்தார். மிக மரியாதையாக, ஓர் ஆஸ்திக சமாஜத்தைச் சேர்ந்த மடாதிபதி போல, மிகவும் பண்போடு இருபத்தி நான்கு வயதே ஆன என்னை, 'வாங்க, ஐயா!' என்று கரங்கூப்பி அழைத்தார். அக்காலத்திலெல்லாம் நான் யாரையும் விழுந்து வணங்கியதில்லை. ஆனால், அப்படி ஓர் உணர்வு எனக்கு அப்போது தோன்றியது உண்மை! அவர் என்னை விசாரித்தார் நீங்க பிராமணப் பிள்ளையா? இல்லை என்றேன். ரொம்ப சந்தோஷம்! என்றார். நான் விடை பெற்றுக்கொண்டேன்."

சினிமா உலகம்

ஜெயகாந்தனின் ஆளுமையின் இன்னொரு முக்கிய பரிமாணம் சினிமா என்ற ஊடகத்தைச் சார்ந்த அவரது ஆழ்ந்த புரிதலும், படைப்புச் சால்பும். இப்படைப்பாற்றல் பல இழிவான சூழல் காரணங்களின் அடிப்படையில் முழுமையாக வெளிப்பட வாய்ப்பில்லாமல் போனது இத்துறைக்கும் தமிழ்ப் பண்பாட்டுத் தளத்துக்கும் நேர்ந்த பெரும் இழப்பு என நான் எண்ணுகிறேன். இத்துறையில் அவரது சிறப்பின் ரகசியத்தைப் பகிர்ந்துகொள்ளும் பாங்கில் அமைந்துள்ளது கீழ்க்கண்ட அவரது பரகடனம்:

> ''எனது கதைகளை எழுதுவதற்கு முன்னாலும் எழுதிக் கொண்டிருக்கும் போதும் நான் ஒவ்வொரு நிகழ்ச்சியாய், ஒவ்வொரு பாத்திரமாய், ஒவ்வொரு காட்சியாய், கணுக் கணுவாய் (frame by frame) உலாவவிட்டு நிகழவும் பேசவும் வைத்து இயக்கி, மானசீகமாகப் படைத்துப் பார்த்த பின்னர்தான் அவற்றைப் பதிவுசெய்கிற முயற்சியில் அதை நான் வடித்து வைக்கிறேன். அவற்றை வேறுஒரு மீடியத்திற்கு மாற்றுவதற்கான முயற்சி எனக்கு சிரமம் தராது. எனவே ஒரு கதையை எழுதுவதற்கு முன்னால்கூட அதற்குத் திரைக்கதை அமைத்து விடுவது எனக்குச் சாத்தியம் ஆகும்.''

ஜே.கே. தனது கதைகளை நாடக உருவத்தில் கணுக் கணுவாய் இயக்கி மானசீகமாகப் படைத்துப் பார்த்த பின்னர்தான் எழுத்துக்களாய் இறுதியில் வடிப்பதாகக் கூறுகிறார். மிக்கச் சிறப்புடன், துல்லியமான சினிமா ஊடகம்குறித்த புரிதலுடன், நுணுக்கமான களக்கூறுகளை உள்வாங்கிக்கொண்டு திரைக்கதை (script) வடிவங்களைக் கட்டமைத்திருக்கிறார். இவையெல்லாம் இலக்கியத்தரமுள்ள நாடகங்களை உருவாக்க உதவும் முக்கிய காரணிகள். ஏனோ அவர் நாடக இலக்கியக் களனில் ஆழமான பதிவுகளைச் செய்யவில்லை. ஒரே ஓர் விதிவிலக்கு. 'பலவீனங்கள்' என்ற ஓரங்க நாடகம். உள்ளத்தின் ஆழத்தில், உயிரின் ஊற்றுக் காலில் உறைந்துபோன, மறைந்த அன்புக்கணவனின் வீரியமுள்ள நினைவின் விநோதமான வெளிப்பாட்டின் படப்பிடிப்பு இந்த ஓரங்க நாடகம்.

ஜெயகாந்தன் எவ்வாறு திரைக்கதை வடிவத்தைக் கணுக் கணுவாகக் கட்டமைத்தார் என்பதை 'சில நேரங்களில் சில

ஜெயகாந்தன்

மனிதர்கள்' என்ற திரைக்கதை வடிவத்திலிருந்து அறியலாம். இது ஒரு நூலாகவே வெளியிடப்பட்டுள்ளது. அந்த நூலுக்கு இயக்குநர் ஏ.பீம்சிங் அளித்த முன்னுரை ஜே.கே.யின் ஆற்றலை அடிக் கோடிட்டுக் காண்பிக்கிறது.

"ஒரு மனிதனுக்கு முதுகெலும்பு எவ்வளவு முக்கியமோ, அவ்வளவு முக்கியம் ஒரு திரைப்படத்துக்கு திரைக்கதை யமைப்பு. இதை இத்துறையில் இருக்கும் பெரும்பாலோர் செய்வதில்லை என்பதை மிகவும் வருத்தத்துடன் தெரிவித்துக் கொள்கிறேன். ஏன், நானேகூட இந்தச் 'சில நேரங்களில் சில மனிதர்கள்' கதைக்குத் திரைக்கதை அமைக்கத் திரு ஜே.கே. அவர்கள் எடுத்துக்கொண்ட உழைப்பையும் நேரத்தையும் போல், என்னால் உருவாக்கப்பட்ட மற்ற திரைப்படங்களுக்கு எடுத்துக் கொண்டேனா என்றால், இல்லை என்றுதான் என் மனச்சாட்சி பதில் சொல்லும்."

"திரு ஜே.கே. அவர்கள் நமது திரைப்படத் துறைக்குக் கிடைத்திருக்கும் வரப் பிரசாதம் என்று துணிந்து சொல்லுவேன். அவரைப் போன்ற எழுத்தாற்றல் உள்ளவர்கள் கிடைத்து விட்டால், தழுவல் இல்லாமல், நகல் இல்லாமல் ஒரிஜின லாகவே தமிழ்ப்படங்களைத் தயாரிக்கலாம். அதன்வாயிலாகத் தமிழ்ப்பட உலகம் தலைநிமிர்ந்து ராஜநடை போடலாம் என்பதில் சந்தேகமே இல்லை."

திரைக்கதை வடிவத்தை ஜே.கே. எவ்வாறு நுணுக்கமாகக் கட்டமைக்கிறார் என்பதற்கு எடுத்துக்காட்டாக இந்தத் திரைக் கதைப் பதிவிலிருந்து ஒரு பகுதி:

சீன் 2

கணேசன் வீடு

(C.U) ஷாட் 1

தீப்பற்றி எரிகிற ஹரிக்கேன் லைட்..

குறிப்பு:

(ட்ராலி பின்னோக்கி நகர்கிறது)

கங்காவின் தாய் பற்றி எரிகிற விளக்கைச் சரிசெய்ய விளக்கருகே ஓடி நிற்கிறபோது, கங்கா அலங்கோலமாய் வாசற்படியில் வந்து நிற்கிறாள். விளக்கு தீப்பற்றி எரிந்துகொண்டே இருக்கிறது. அம்மா கங்காவைப் பார்க்கிறாள். கங்கா குனிந்த தலையுடன் சற்று முன் வந்து பக்கத்திலிருக்கும் அவளது அறைக்குள் நுழைகிறாள். அம்மா தொடர்ந்து கங்காவின் அறைக்குள் போக, எரிகிற விளக்கு (சஜஷனில்)

ஷாட் 2

கங்கா ஜன்னல் வழியாகப் பார்த்துக்கொண்டிருக்கிறாள். (அவளது முதுகுப்புறம் தெரிகிறது) அம்மா அவளை நெருங்கிவந்து அவளைத் தன்பக்கம் திருப்புகிறாள்.

ஷாட் 3 (C.S. TO M.S.)

கங்கா (முதலில் அம்மா சஜஷனில்) அவள் அழுதுகொண்டே என்னவோ சொல்ல, ஒரு நாதசுரத்தின் இசை உச்சஸ்தாயியில் (கங்காவின் குரல் மீது).

தாய் பதைத்து அவள்மீதிருந்த கையை உதறி விலகுகிறாள்.. கேமராவும் அதேபோல் பின்வாங்கி நிற்கிறது. (அம்மா தவிர்த்து)

ஷாட் முடிவில் கங்கா அழுதுகொண்டே சுவரில் முகம் புதைத்துக்கொள்ள வேண்டும். அவளது உடையும், காலில் படிந்துள்ள சேறும் கரைகளுடன் தெரிகின்றன.

(C.M.S.) ஷாட் 4

குறிப்பு:

மகளைப் பார்த்துக் கலவரம் அடைந்து திரும்பப் பார்க்கும்போது வாசற்படியில் கணேசனும் அவன் மனைவியும் நிற்கின்றனர். தவில் முழக்கம்(அவர்கள் மீது)

(C.M.S.) ஷாட் 5

கணேசன் காறித் துப்புகிறான். அவன் மனைவி அவன் பின்னாலிருந்து கையை நீட்டி - நீட்டிப் பேசுகிறாள். கணேசன் கங்காவை நோக்கிவர,

நாதஸ்வரமும், தவிலும் சேர்ந்து (கங்கா மீது). திடீரென நாதஸ்வர ஓசை நிற்க வேண்டும். நடுநிசி ஓசைகள்.

(C.M.S.)ஷாட் 6.

சுவரில் முகம் புதைத்து அழுதுகொண்டிருக்கும் கங்காவை கூந்தலைப் பிடித்து இழுத்துக்கொண்டு திரும்புகிறான்.

ஷாட் 7

பல குடித்தனக்காரர்கள் வராந்தாவில் நின்று கங்காவை இழுத்து வெளியே தள்ளுகிற காட்சியைப் பார்க்கின்றனர்.

L.S லாங் ஷாட்; E.L.C.U. எக்ஸ்ட்ரா லார்ஜ் க்ளோஸ் அப்; C.U. க்ளோஸப்; C.S. க்ளோஸ் ஷாட்; C.M.S. க்ளோஸ்-மிட்-ஷாட்; M.S. மிட்-ஷாட்; M.L.S. மிட்-லாங் ஷாட்; E.L.S. எக்ஸ்ட்ரா லாங் ஷாட்

குறிப்பு:

(கணேசனை நோக்கி கேமரா திரும்புகிறது) கணேசன் கங்காவை வெளியே தள்ளுகிறபொழுது கங்காவின் தாய் அவனைத் தடுக்க, அவள் கையை உதறிவிட்டு கணேசன் கேமராவுக்கு முன்னால் கதவைச் சாத்தித் தாழிடுகிறான். (டிராலி பின்னோக்கி நகர்கிறது). முற்றத்தில் மழை பெய்துகொண்டிருக்கிறது. கேமரா மழையில் நின்று பார்ப்பதுபோல், கங்காவை அணைத்துக்கொண்டு அழுதவாறு தாய் நிற்கிறாள். காட்சிப் படலம்.

கங்காவை அணைத்துக்கொண்டு அழுதவாறு தாய் நிற்கிறாள்.

காட்சி முடிவு

தேசிய அளவில் அங்கீகாரம் பெற்ற ஜெயகாந்தனால் இயக்கப்பட்ட 'உன்னைப்போல் ஒருவன்' திரைப்படம், திரைப் படப் பிரபலங்களாலும், பட விநியோகஸ்தர்களாலும் புறக் கணிக்கப்பட்டது. எதிர்நீச்சல் போட்டு இந்தத் திரைப்படத்தைத் தனிப்பட்ட முறையில் திரையிட்டு மக்களை அடைய முயற்சித்தார். பத்திரிகைக்காரர்களுக்காக ஒரு விசேஷக் காட்சியை ஏற்பாடு செய்த பிறகு ஓர் அறிக்கையைப் படித்துக்காட்டினார். அதன் ஒரு பகுதி:

''பொழுதுபோக்க வந்தவர்கள் அல்ல நீங்கள்; புதிய ரசனையின் பிரதிநிதிகள்!

''இன்றைய தமிழ்சினிமா ரசனையையும் அதன் சிருஷ்டி முறைகளையும் இந்தப் படம் பூரணமாக மறுத்து ஒதுக்கி இருக்கிறது என்று தெரிந்தும் இதைப் பார்க்க வந்திருக்கும் நண்பர்களே, உங்களை நான் வணங்குகிறேன். பாராட்டுகிறேன். காலத்தின் தேவையை உணர்ந்து ஒரு கடமையை ஆற்ற வந்தவர்கள் நாங்கள். இந்தப் படம் அதற்கான ஓர் ஆரம்பமே!

''புதுமை, புரட்சி என்ற ஆர்ப்பாட்டத்துடன் வந்த எந்தப் படத்திற்குமில்லாத ஓர் ஆத்மா இதற்கு உண்டு.

''ஒன்றுதான் இப்போது நம் முன்னுள்ள ஒரே முக்கியமான கடமை! எனது ரசனைக்கேற்ப இப்படத்தை நான் உருவாக்கி இருக்கிறேன். இந்தப் படத்தின் தரத்திற்கு, இதன் ரசனைக்கு ஒத்தவர்கள் எத்தனை பேர் என்பதை நான் அறிந்துகொண்டால் அதுவே எனது வெற்றி.''

நிறைவாக.

ஜெயகாந்தன் தன் படைப்பாளுமையை, இயல்பான கருணையை, உள்ளம் - சொல்-செயல் ஊடான ஒத்திசைவை, ஆரோக்கியமான எண்ணங்களை, சிறுமையின்பால் குமுறிய சீற்றத்தை, அன்பு - நம்பிக்கைச் சால்பை, மரபலிருந்து புதுக்கிய நவீனத்தை, மனிதனுள் உறையும் மாண்பை, ஆன்மிக அடிநாதத்தை, தன் மக்களுடன் ஆவலாகப் பகிர்ந்துகொண்டார். சமூகத்துடன் இடையறாத விவாதத்தில் ஈடுபட்டார். இந்த விவாதத்தில் ஆணவம் இல்லை, பரிவும் நேயமும் பொங்கி வழிந்தன.

ஜெயகாந்தனின் உயிர்த்துடிப்புள்ள சில சொற்கள் இந்தச் சிறு நூலுக்குப் பொருத்தமான முத்தாய்ப்பாக அமையும் என்று நம்புகிறேன்.

''என்றும் இங்கு இருக்கவேண்டும் என்பதற்காக எழுத வந்தவன் அல்ல நான். நான் வாழவேண்டும் என நான் எழுதவில்லை. என் மக்கள் வாழவேண்டுமென நான் எழுதினேன். அவர்கள் வாழத் தொடங்கிய பின் இவ்வெழுத்துக்கள் பொருள் இழந்துபோகும் என்றால், அதுவே அவற்றின் சிறப்பு என்றே சொல்வேன்.''

நிறைவாக, மக்களுடன் இடையறாது பகிர்ந்துகொண்ட, விவாதத்தில் ஈடுபட்ட, தன் வாழ்க்கைப் பயணத்தின் குறுஞ் சித்திரம்போல் அமைந்த அவரது ஒரு பாடல்.

கண்டதைச் சொல்லுகிறேன் - உங்கள்

கதையைச் சொல்லுகிறேன் - இதைக்

காணவும் கண்டு நாணவும் உமக்குக்

காரணம் உண்டென்றால் - அவ

மானம் எனக்குண்டோ?

நல்லதைச் சொல்லுகிறேன் - இங்கு
 நடந்ததைச் சொல்லுகிறேன் - இதற்கெனைக்
கொல்வதும் கொன்று கோயிலில் வைப்பதும்
 கொள்கை உமக்கென்றால் - உம்முடன்
கூடியிருப்ப துண்டோ?

வாழ்ந்திடச் சொல்லுகிறேன் - நீங்கள்
 வாழ்ந்ததைச் சொல்லுகிறேன் - இங்கு
தாழ்வதும் தாழ்ந்து வீழ்வதும் உமக்குத்
 தலையெழுத்தென்றால் - உம்மைத்
தாங்கிட நாதியுண்டோ?

கும்பிடச் சொல்லுகிறேன் - உங்களைக்
 கும்பிட்டுச் சொல்லுகிறேன் - எனை
நம்பிவும் நம்பி அன்பினில் தோயவும்
 நம்பிக்கை இல்லையென்றால் - எனக்கொரு
தம்படி நஷ்ட முண்டோ?

இணைப்பு 1
ஜெயகாந்தன் வாழ்க்கைக்குறிப்புகள்

பெற்றோர் : தண்டபாணி பிள்ளை - மகாலட்சுமி அம்மாள்.
பிறந்தநாள் : 1934, ஏப்ரல் 24.
பிறந்தஊர் : மஞ்சக்குப்பம், கடலூர், (தென்னார்க்காடு மாவட்டம்)

1946 : முதன்முதலாகச் சென்னைக்கு வருதல்.

1947 : கம்யூனிஸ்ட் கட்சியின் கம்யூன் வாழ்க்கை.

1950 : 'சௌபாக்கியம்' இதழில் முதல் சிறுகதை பிரசுரம்.

1952 : இந்திய கம்யூனிஸ்ட் கட்சி உறுப்பினர்.

1956 : திருமணம், மனைவி ஞானாம்பிகை.

1957 : 'வாழ்க்கை அழைக்கிறது' நாவல் வெளிவருதல்.

1958 : 'ஒரு பிடி சோறு' சிறுகதைத்தொகுப்பு வெளிவருதல்.

1960: 'இனிப்பும் கரிப்பும்' சிறுகதைத்தொகுப்பு வெளிவருதல்.

1964 : 'உன்னைப்போல் ஒருவன்' திரைப்படம் தேசிய அங்கீகாரம் பெறுதல்.
கம்யூனிஸ்ட் கட்சியில் இருந்து வெளியேறுதல்.

1965: 'புதிய வார்ப்புகள்' சிறுகதைத்தொகுதி வெளிவருதல்.

1967 : 'ஜெயபேரிகை' நாளிதழ் ஆசிரியர்.

1969 : 'ஞானரதம்' இலக்கிய இதழ் ஆசிரியர்.

1972 : 'சில நேரங்களில் சில மனிதர்கள்'- நாவலுக்கு சாகித்ய அகாதெமி விருதுபெறல்.

1975 : 'ஜயஜய சங்கர'- மாதம் ஒரு நாவல் வெளியிடுதல்.

1977 : பொதுத்தேர்தல் தியாகராயநகர்த் தொகுதியில் சுயேட்சை வேட்பாளர் - தோல்வி.

1978: 'சில நேரங்களில் சில மனிதர்கள்' - சிறந்த கதைக்கான தமிழக அரசு விருது.
'இமயத்துக்கு அப்பால்' என்ற நூலுக்காக சோவியத் நாடு நேருவிருது.

1979 : 'கல்பனா' இலக்கிய இதழ் ஆசிரியர். 'கருணை உள்ளம்' சிறந்த திரைப்படம், சிறந்த கதைக்கான

தமிழக அரசு விருதுகள்.

1980, 1983, 1984 :

சோவியத் நாட்டு அழைப்பன்பேரில் சோவியத் பயணம்.

1986 : 'ஜய ஜய சங்கர' நாவல் சிறந்த நாவலுக்கான தமிழக அரசு பரிசு பெறல்.

'சுந்தரகாண்டம்' நாவல் தஞ்சாவூர்த் தமிழ்ப் பல்கலைக் கழகத்தின் இராஜராஜன் விருது பெறல்.

1988 : நவசக்தி நாளிதழின் ஆசிரியர்.

1994 : மணிவிழா.

2002 : ஞானபீட விருது.

2009 : இலக்கியத்திற்கான பத்மபூஷன் விருது. ரஷ்ய விருது.

2015 : அமரராதல்.(ஏப்ரல் 8)

இணைப்பு 2

ஜெயகாந்தன் படைப்புகள்

சிறுகதைத் தொகுப்புகள்

உதயம் (செப்டம்பர் 1954) முதல் சிறுகதை

ஒருபிடி சோறு (செப்டம்பர் 1958)

இனிப்பும் கரிப்பும்(ஆகஸ்ட் 1960)

தேவன் வருவாரா (1961)

மாலைமயக்கம் (ஜனவரி 1962)

சுமைதாங்கி (நவம்பர் 1962)

யுகசந்தி (அக்டோபர் 1963)

உண்மை சுடும் (செப்டம்பர் 1964)

புதிய வார்ப்புகள் (ஏப்ரல் 1965)

சுயதரிசனம் (ஏப்ரல் 1967)

இறந்த காலங்கள் (பிப்ரவரி 1969)

குருபீடம் (அக்டோபர் 1971)

சக்கரம் நிற்பதில்லை (பிப்ரவரி 1975)

புகைநடுவினிலே (டிசம்பர் 1990)

முத்துக்கள் பத்து - ஜெயகாந்தன் (2007)

ஜெயகாந்தன் கதைகள் (NBT)

ஜெயகாந்தன் முழுமையான சிறுகதைத் தொகுப்பு, (ஆகஸ்ட், 2001 மறுபதிப்புகள் 2005, 2009, 2010, 2013)

ஜெயகாந்தன் முத்திரைக்கதைகள்(2008)

நாவல்கள்

வாழ்க்கை அழைக்கிறது (ஆகஸ்ட் 1957)

உன்னைப்போல் ஒருவன் (மே 1964)

பாரிஸுக்குப் போ! (டிசம்பர் 1966)

சில நேரங்களில் சில மனிதர்கள் (ஜூன் 1970)

ஒரு நடிகை நாடகம் பார்க்கிறாள் (ஜனவரி 1971)

ஒரு மனிதன் ஒரு வீடு ஒரு உலகம் (ஏப்ரல் 1973)

கங்கை எங்கே போகிறாள் (டிசம்பர் 1978)

இந்த நேரத்தில் இவள்... (1980)

பாட்டிமார்களும் பேத்திமார்களும் (ஏப்ரல் 1980)

அப்புவுக்கு அப்பா சொன்ன கதைகள் (ஆகஸ்ட் 1980)

சுந்தரகாண்டம் (செப்டம்பர் 1982)

ஈஸ்வர அல்லா தேரே நாம்(ஜனவரி 1983)

காற்றுவெளியினிலே.(ஏப்ரல் 1984)

ஜயஜய சங்கர. (செப்டம்பர் 1984)

ஜெயகாந்தன் - முழுமையான நாவல்கள் தொகுப்பு (2001, மறுபதிப்பு 2006)

குறுநாவல்கள்

கைவிலங்கு (கல்கி, ஜனவரி 1961)

யாருக்காக அழுதான்? (ஆனந்த விகடன், பிப்ரவரி 1962)

எனக்காக அழு (ஆனந்த விகடன், 1962)

ஆயுதபூசை (கல்பனா, 1962)

பிரம்மோபதேசம் (ஆனந்த விகடன், மே, 1963)

இலக்கணம் மீறிய கவிதை (தாமரை, மே 1963)

பிரளயம் (ஆனந்த விகடன், ஆகஸ்ட் 1965)

விழுதுகள் (ஆனந்த விகடன், ஆகஸ்ட் 1965)

கருணையினால் அல்ல (ஆனந்த விகடன், நவம்பர் 1965)

கோகிலா என்ன செய்துவிட்டாள்? (ஆனந்த விகடன், நவம்பர் 1967)

சமூகம் என்பது நாலுபேர் (தினமணி கதிர், நவம்பர் 1967)

ரிஷிமூலம் (தினமணி கதிர், செப்டம்பர் 1969)

ஆடும் நாற்காலிகள் ஆடுகின்றன (தினமணி கதிர், செப்டம்பர் 1969)

பாவம். இவள் ஒரு பாப்பாத்தி! (மேகலா, மார்ச் 1979)

ஊருக்கு நூறுபேர் (மேகலா, 1979)

மூங்கில் காட்டு நிலா (கல்பனா, செப்டம்பர் 1979)

ஒரு மனிதனும் சில எருமைமாடுகளும் (நவரத்தினம், டிசம்பர் 1979)

எங்கெங்கு காணினும்.(கல்பனா, 1980)

ஒவ்வொரு கூரைக்கும் கீழே (கல்பனா, ஜனவரி 1980)

காத்திருக்க ஒருத்தி (கல்பனா, செப்டம்பர் 1980)

கரிக்கோடுகள் (மணியன், 1981)

கரு (நயனதாரா, ஏப்ரல் 1981)

ஓ, அமெரிக்கா! (மேகலா, பிப்ரவரி 1983)

இல்லாதவர்கள் (ராணிமுத்து, பிப்ரவரி 1983)

ஒரு குடும்பத்தில் நடக்கிறது. (மேகலா, 1983)

இதயராணிகளும் ஸ்பேடு ராஜாக்களும் (இதயம், ஜூலை 1983)

கழுத்தில் விழுந்த மாலை (மேகலா, செப்டம்பர் 1984)
நம்பமாட்டேளே! (மேகலா, 1984)
வீட்டுக்குள்ளே பெண்ணைப் பூட்டிவைத்து.(மேகலா, 1985)
அந்த அக்காவைத் தேடி.. (குங்குமச்சிமிழ், அக்டோபர் 1985)
இன்னும் ஒரு பெண்ணின் கதை (ராணி, ஜூலை 1986)
பகலில் ஒரு வேஷம் (இதயம், 1986)
கையில் ஒரு விளக்கு (குங்குமச்சிமிழ், 1986)
முன்னைப் போல (மகுடம், 1991)
ஹரஹர சங்கர (2005)
கண்ணன் (2011)
ஜெயகாந்தன் முழுமையான குறுநாவல்கள் தொகுப்பு, 2001

நாடகம்

பலவீனங்கள் (செப்டம்பர் 1972)

கட்டுரைத் தொகுதிகள்

முன்னோட்டம் (செப்டம்பர் 1972)
அவர்கள் உள்ளே இருக்கிறார்கள் (அக்டோபர், 1972)
நினைத்துப் பார்க்கிறேன் (ஜனவரி 1973)
சுதந்திரச் சிந்தனை (ஜனவரி 1974)
பாரதி பாடம் (நவம்பர் 1974)
ஒரு பிரஜையின் குரல்(ஜூலை, 1975)
இமயத்துக்கு அப்பால் (ஆகஸ்ட் 1979)
வாக்குமூலம் (1980)
யோசிக்கும் வேளையில் (நவம்பர் 1982)
போனதும் வந்ததும் (ஜனவரி 1983)
ருஷ்யப் புரட்சி - உண்மையில் நடந்தது என்ன? (1985)
நட்பில் பூத்த மலர்கள் (செப்டம்பர் 1986)
சிந்தையில் ஆயிரம் (டிசம்பர் 1988)

கம்யூனிஸம் தோற்குமா? (ஆகஸ்ட் 1991)
ஒரு சொல் கேளீர் (டிசம்பர் 1992)
சபைநடுவே (டிசம்பர் 1997)
மறுபடியும் நினைத்துப் பார்க்கிறேன் (ஜூன் 2001)
எனது பார்வையில்
நானும் என் நண்பர்களும் (1995)
சிந்தையில் ஆயிரம் - ஜெயகாந்தனின் முழுமையான
கட்டுரைகள் தொகுப்பு, 2003.

இன்னும் சில நூல்கள்

ஜெயகாந்தன் பேட்டிகள்
ஜெயகாந்தன் கவிதைகள்
ஜெயகாந்தன் முன்னுரைகள் - 1
ஜெயகாந்தன் முன்னுரைகள் - 2
ஜெயகாந்தன் நேர்காணல்கள்
ஜெயகாந்தன் ஒரு பார்வை - Reader
(டாக்டர் கே.எஸ்.சுப்பிரமணியன்)

தன்வரலாற்று நூல்கள்

ஒரு இலக்கியவாதியின் அரசியல் அனுபவங்கள் (அக்டோபர் 1974)
ஒரு இலக்கியவாதியின் கலையுலக அனுபவங்கள் (செப்டம்பர் 1980)
ஒரு இலக்கியவாதியின் ஆன்மீக அனுபவங்கள். (2007)
ஒரு இலக்கியவாதியின் பத்திரிகை அனுபவங்கள் (டிசம்பர் 2009)

வாழ்க்கைவரலாற்று நூல்கள்

வாழ்விக்க வந்த காந்தி (1973)
(ரொமெய்ன் ரோலேண்டினுடைய நூலின் தமிழாக்கம்)
ஒரு கதாசிரியரின் கதை (மே 1989)
(முன்ஷி பிரேம்சந்தின் வாழ்க்கைவரலாறு)

திரைப்படமாக்கப்பட்ட ஜெயகாந்தன் கதைகள்

சில நேரங்களில் சில மனிதர்கள் (இயக்குநர் : பீம்சிங்)

ஒரு நடிகை நாடகம் பார்க்கிறாள் (இயக்குநர் : பீம்சிங்)

உன்னைப்போல் ஒருவன் (இயக்குநர் : ஜெயகாந்தன்)

யாருக்காக அழுதான்? (இயக்குநர் : ஜெயகாந்தன்)

புதுச்செருப்பு கடிக்கும் (இயக்குநர் : ஜெயகாந்தன்)

மொழிபெயர்ப்பான நூல்கள்

சுந்தர காண்டம் (உக்ரைன் மொழிபெயர்ப்பு)

அதூரே மனுஷ்ய (1989) (ஹிந்தி மொழிபெயர்ப்பு)

அப்னா அப்னா அந்தரங்க (2005) (தெலுங்கு)

கல்யாணி (2006)

ரிஷிமூலம் (2008)

ஹரஹர சங்கரா (2006) - மலையாளம்

மூங்கில் காட்டு நிலா (2012) - மலையாளம்

அக்ரஹாரத்திலே பூச்சா(2012) கன்னடம்

ஆங்கிலம்

Games of Cards(1969)

Joseph wept (1974)

A Literary Man's Political Experiences(1976)

(Oru Ilakkiyavaadiyin Arasiyal Anubavangal)

Trial by Fire(2000)

Jaya Jaya Shankara (2002)

A Man A Home and A World(2003)

(Oru Manidan Oru Veedu Oru Ulagam)

Till death do us part (2005)

Made in Heaven and other stories(2006)

Once an Actress (2007)

ஜெயகாந்தன்

(Oru Nadigai Naatakam Paarkkiraal)
Love and Loss (2008)
(Unnai Pol Oruvan)
Dissonance And Other Stories (2008)
Brahmopadesam (2010)
Sundara Kaandam(2010)
Rishi Moolam
Beneath the Banyan Tree (2012)
(Vizhudhukal)
Of Men and Moments (2014)
(Sila Nerangalil Sila Manidhargal)
Eswara Alla Tere Naam (2016)

Forthcoming

Whither Ganga (Gangai Engae Pogiraal)
Towards Freedom (A woman - centric trilogy)
The Celluloid World & A Creative Writer's Experiences
(Oru Ilakkiyavaadiyin Kalaiyulaga Anubavangal)

(இப்பட்டியலில் இடம்பெறும் ஆங்கில மொழிபெயர்ப்பு நூல்கள் பெரும்பாலானவற்றை மொழியாக்கம் செய்தளித்தவர் டாக்டர் கே.எஸ்.சுப்பிரமணியன். இந்தப் பட்டியலில் இடம்பெற வேண்டியவை இன்னும் இருக்கக்கூடும். மேலும், இவை தவிர, பிற மொழிகளில் மொழிபெயர்க்கப்பெற்ற நூல்களும் இருக்கலாம்.)

○

இணைப்பு 3

நன்றி

இந்த நூலைக் கட்டமைப்பதில் உதவியாக இருந்த நூல்கள்

ஜெயகாந்தன் - முழுமையான சிறுகதைகள் தொகுப்பு, கவிதா பப்ளிகேஷன், சென்னை, 2008.

ஜெயகாந்தன் - முழுமையான குறுநாவல்கள் தொகுப்பு, மீனாட்சி புத்தக நிலையம், மதுரை, 2001.

ஜெயகாந்தன் - முழுமையான நாவல்கள் தொகுப்பு, ஸ்ரீ வர்த்தமானன் பதிப்பகம், சென்னை, 2001; மறுபதிப்பு - கவிதா பப்ளிகேஷன், சென்னை, 2006.

ஜெயகாந்தன் - சிந்தனையில் ஆயிரம் - முழுமையான கட்டுரைகள் தொகுப்பு, ஸ்ரீ செண்பகா பதிப்பகம், 2008.

அறிவழகன். ந., ஜெயகாந்தன் ஆய்வடங்கல், அமராவதி பதிப்பகம், கடலூர் துறைமுகப்பட்டிணம், 1978.

தொகுப்பாசிரியர் மணா, ஜெயகாந்தன் ஒரு மனிதன் ஒரு உலகம், குமுதம் பு(து)த்தகம் வெளியீடு, சென்னை, 2015.

சேதுபதி, தொகுப்பாசிரியர், ஜெயகாந்தனின் இருபதாம் நூற்றாண்டு இலக்கிய சாசனங்கள், மீனாட்சி புத்தக நிலையம், மதுரை, 2016.

நவபாரதி, 'ஜெயகாந்தனின் பர்ணசாலை', ஸ்ரீ செண்பகா பதிப்பகம், சென்னை, 2016.

பி.ச.குப்புசாமி, 'பல்லாண்டு வாழ்க', தமிழ் இந்து, சென்னை, 2016.

தேவபாரதி, 'ஜெயகாந்தனும் நானும்', கலைஞன் பதிப்பகம், சென்னை, 2016.

கே.எஸ்.சுப்பிரமணியன், உரத்த சிந்தனைகள், கலைஞன் பதிப்பகம், சென்னை.

கே.எஸ்.சுப்பிரமணியன், சிந்தனை அலைகள், கவிதா பப்ளிகேஷன், சென்னை.

கே.எஸ்.சுப்பிரமணியன், இலக்கிய உலகில் ஒரு பயணம்.

கே.எஸ்.சுப்பிரமணியன், இலக்கிய ஆளுமைகள், கவிதா பப்ளிகேஷன், சென்னை, 2009.

கே.எஸ்.சுப்பிரமணியன், மரபும் ஆக்கமும், கணையாழி படைப்பகம், சென்னை, 2004.

கே.எஸ்.சுப்பிரமணியன், அனுபவச் சுவடுகள், கவிதா பப்ளிகேஷன், சென்னை, 2013.

கே.எஸ்.சுப்பிரமணியன், தொகுப்பாசிரியர், ஜெயகாந்தன் ஒரு பார்வை (Jayakanthan Reader), கலைஞன் பதிப்பகம், சென்னை, 2000; மறுபதிப்பு, கவிதா பப்ளிகேஷன், சென்னை, 2006/2015.

○ ○ ○